കുത്തും കോമയുമുള്ള ഈ ജീവിതം

kuttum komayumulla ee jeevitham
three novelettes

•

t p venugopal

•

first edition
october 2008

•

typesetting
archa graphotechs, thiruvananthapuram

•

published
chintha publishers, thiruvananthapuram

•

•

cover
ambeesh kumar

•

Rights reserved

വിതരണം

ദേശാഭിമാനി ബുക്ക് ഹൗസ്

H O തിരുവനന്തപുരം–695 001

ബ്രാഞ്ചുകൾ

ദേശാഭിമാനി റോഡ് തിരുവനന്തപുരം • ഓവർബ്രിഡ്ജ് തിരുവനന്തപുരം • കെ എസ് ആർ ടി സി ബസ് സ്റ്റേഷൻ ആലപ്പുഴ • കെ എസ് ആർ ടി സി ബസ് സ്റ്റേഷൻ എറണാകുളം • ഐ ജി റോഡ് കോഴിക്കോട് • കെ എസ് ആർ ടി സി ബസ് സ്റ്റേഷൻ കോഴിക്കോട് • എൻ ജി ഒ യൂണിയൻ ബിൽഡിംഗ് കണ്ണൂർ

CO - 1172 / 2038

കുത്തും കോമയുമുള്ള ഈ ജീവിതം

മൂന്നു നോവലെറ്റുകൾ

ടി പി വേണുഗോപാലൻ

ചിന്ത പബ്ലിഷേഴ്സ്
തിരുവനന്തപുരം-695 001

ടി പി വേണുഗോപാലൻ

കണ്ണൂർ ജില്ലയിലെ പാപ്പിനിശ്ശേരിയിൽ ജനനം. അച്ഛൻ: കെ ദാമോദരൻ നമ്പ്യാർ, അമ്മ: ടി പി പത്മാവതി.

പാപ്പിനിശ്ശേരി പഞ്ചായത്ത് ഹയർസെക്കന്ററി സ്കൂൾ അധ്യാപകൻ.

ഭൂമിയുടെ തോട്ടക്കാർ, സുഗന്ധമഴ (കഥകൾ), തെമ്മാടിക്കവല (നോവൽ) തുടങ്ങിയവ പുസ്തക ങ്ങൾ. ചെറുകാട് അവാർഡ്, മുണ്ടശ്ശേരി അവാർഡ്, പ്രേംജി അവാർഡ്, എം പി കുമാരൻ അവാർഡ് തുട ങ്ങിയ പുരസ്കാരങ്ങൾ ലഭിച്ചിട്ടുണ്ട്.

ഭാര്യ: നിത

മക്കൾ :   നിവേദ്, സ്മേര

വിലാസം :   'കണവത്ത്'
പാപ്പിനിശ്ശേരി വെസ്റ്റ് പി ഒ
കണ്ണൂർ – 670 565
ഫോൺ: 0497 – 2786237

ഉള്ളടക്കം

കുത്തും കോമയുമുള്ള ഈ ജീവിതം

ന്യായാന്യായങ്ങളുടെ ഘോരസംഘട്ടനങ്ങൾക്കൊടുവിൽ കാ ഞ്ചന സ്വന്തം നെഞ്ചിൽ കഠിക്കത്തി കുത്തിയിറക്കാൻ ഓങ്ങുകയാണ്. അതോടെ കഥ കഴിയുമെന്നുതന്നെയാണ് കരുതിയത്. ആത്മഹത്യ യിൽ സന്ധിയാവുന്ന ശുഭാന്തജീവിതം പ്രതീക്ഷിച്ചവരെ നിരാശയുടെ പടുകുഴിയിൽ ചവിട്ടിത്താഴ്ത്തി കഥാകാരൻ. എല്ലാം അനുഭവിപ്പിച്ചേ അടങ്ങൂ എന്ന മട്ടിൽ ആകാശത്തുനിന്ന് അടർന്നപോലെ അയാൾ പ്രത്യക്ഷപ്പെടുകയും ഓങ്ങിയ കഠിക്കത്തി ഒരു തുള്ളി ചോരപോലും കാണിക്കാതെ സമർഥമായി പിടിച്ചുവാങ്ങുകയും നിലത്തുവീണുരുണ്ട കാഞ്ചനയെ ഇരുകൈകളും കൊണ്ടെഴുന്നേൽപ്പിക്കുകയും സമാധാനിക്കൂ, സമാധാനിക്കൂ എന്ന് യാന്ത്രികമായി പിറുപിറുക്കുകയും ശിഷ്ടഭാഗം പിന്നെയും വലിച്ചുനീട്ടി, പന്നിക്കൂട്ടം കയറിയ പിഞ്ഞാണക്കടപോലെ അലങ്കോലമാക്കുകയും ചെയ്തു.

"ആരാ, നിങ്ങളാരാ?"

കാഞ്ചനയുടെ വെറുപ്പും നിരാശയും കലർന്ന നോട്ടം കഥാകാരനെ അൽപ്പം ഭയപ്പെടുത്തിയെങ്കിലും ഞാനിതൊക്കെ എത്ര കണ്ടിരിക്കുന്നു എന്ന മട്ടിൽ, സമാധാനിക്കൂ, സമാധാനിക്കൂ എന്ന് നിശ്ശേഷ്ടനായി പറഞ്ഞുകൊണ്ടിരിക്കുന്നു.

പലജാതി മനുഷ്യക്കോലങ്ങളുടെ ഫ്ലാഷുകൾ മിന്നിമറഞ്ഞിരി ക്കുന്നു. ചെറിയവരും വലിയവരും; ഉറ്റ മിത്രങ്ങളും ബദ്ധശത്രുക്കളും; നക്കിക്കൊല്ലാൻ നോക്കിയവരും ഞെക്കിക്കൊല്ലാൻ നോക്കിയവരും......

എല്ലാ മുഖങ്ങളുടേയും ഫ്രെയിം ചെയ്ത കളർഫോട്ടോകൾകൊണ്ട് സമ്പന്നമാണ് മനസ്സിന്റെ ചുവരുകൾ.

"പക്ഷേ,"
"നിങ്ങളാരാ, എന്താ വേണ്ടേ?"
ദഹിപ്പിക്കുന്ന നോട്ടം–
"പറയാം. ആദ്യം നിങ്ങള്‍ സമാധാനിക്ക്."
"ഛീ."
കാഞ്ചന മുഖം തിരിച്ചു.

"ഒന്ന് ചാകാനുംകൂടി സമ്മതിക്കുല, ഓരോ കാലമ്മാര്‍" കവിളില്‍ ഒലിച്ചിറങ്ങിയ കണ്ണീര്‍ സാരിത്തുമ്പുകൊണ്ട് തുടച്ചെടുക്കവേ അവള്‍ പിറുപിറുത്തു. പിന്നെ കാല്‍മുട്ടില്‍ തലചായ്ച്ച് വീണ്ടും ഏങ്ങിയേങ്ങി കരയാന്‍ തുടങ്ങി.

ചാകാന്‍ എളുപ്പമാണ് കുട്ടീ. ജീവിക്കാന്‍ അതിലേറെ എളുപ്പമാണ്. കഥാകാരന് പറയണമെന്ന് തോന്നി.

ചവര്‍പ്പില്‍ പൊതിഞ്ഞ മധുരമിഠായിയാണ് ജീവിതം. അത് നുണഞ്ഞുകൊണ്ടിരിക്കുകയാണ് മനുഷ്യന്റെ വിധി. അവസാനത്തെ രസവും അലിഞ്ഞുതീരുംവരെ കാത്തിരിക്കുക. ഇടയ്ക്കുവെച്ച് നിരാശപ്പെട്ട് തുപ്പിക്കളയരുത്. മധുരം അരിച്ചരിച്ച് വരാതിരിക്കില്ല, എന്ന് ഉള്ളിന്റെ ഉള്ളില്‍ ബോധ്യമുണ്ടായിരിക്കണം. പ്രപഞ്ചവുമായുള്ള കണ്ണി വിളക്കിച്ചേര്‍ത്തത് നമ്മളല്ലാത്തതുപോലെ അത് അറുത്തുകളയാനുള്ള അവകാശവും നമുക്കില്ല.

ജീവിതത്തോടുള്ള തന്റെ പ്രതിബദ്ധത ഈ ചെറുപ്പക്കാരിയോട് എങ്ങനെ വെളിപ്പെടുത്തും എന്നറിയാതെ കഥാകാരന്‍ കുഴങ്ങി.

എന്തു പറഞ്ഞാലും അതിന് കാത് നീട്ടിക്കൊടുക്കുന്ന അവസ്ഥയിലല്ല കാഞ്ചനയിപ്പോള്‍. ഇടയ്ക്കിടെ കണ്ണീര്‍ തുടച്ചും മൂക്കുപിഴിച്ചും ഏങ്ങല ടിച്ചുകൊണ്ടിരിക്കുകയാണ്. ചക്കയുടെ വെളഞ്ഞീര്‍ പോലെ, തട്ടിത്തെറി പ്പിക്കുന്തോറും പറ്റിപ്പിടിക്കുന്ന ജീവിതത്തെ, പ്‌രാകിക്കൊണ്ടിരി ക്കുകയാണ്.

ഈ പരിണാമം ആരും പ്രതീക്ഷിച്ചതല്ല. കൊല്ലാക്കൊലയാണിത്. സഹിക്കാവുന്നതിലപ്പുറമാണിത്. കാഞ്ചനയെ പെട്ടെന്നവസാനിപ്പി ക്കുന്നതിന് പകരം ഇയാള്‍ ഇഞ്ചിഞ്ചായിക്കൊല്ലുന്നതെന്തിനാണെന്നാണ് മനസ്സിലാവാത്തത്. കാലം ആവശ്യപ്പെടുന്ന ക്ലൈമാക്സ് അട്ടിമറിക്കാന്‍ ഇയാള്‍ക്കെന്തവകാശം?

ഇയാളുടെ അനവസരത്തിലുള്ള ഇടപെടല്‍ സാധാരണ മനുഷ്യരുടെ പ്രതിഷേധം ക്ഷണിച്ചുവരുത്തും. ആകാശത്തുള്ള അടി കോണികയറി വാങ്ങുകയാണയാള്‍. ഇനി മനംപിരട്ടുന്ന സാരോപദേശങ്ങള്‍കൂടി വിളമ്പിവെച്ചാല്‍ കാഞ്ചനയെ ജീവിതത്തിലേക്ക് പൂര്‍വാധികം ശക്തിയോ ടെ തിരിച്ചുകൊണ്ടുവരാമെന്ന് വ്യാമോഹിക്കുകയാണ്.

കാഞ്ചനയുടെ തീരുമാനം സുചിന്തിതവും സുവ്യക്തവുമാണ്. അവളെക്കൊണ്ട് ഈ തീരുമാനമെടുപ്പിച്ചതിന്റെ കാരണങ്ങള്‍ ഏവര്‍ക്കും ഹൃദിസ്ഥമാണ്. 'അവളത് ചെയ്യരുതായിരുന്നു' എന്ന് ഒരു പൂച്ചക്കുഞ്ഞു പോലും പിന്നീട് സങ്കടപ്പെടുമെന്ന് തോന്നുന്നില്ല. അവളനുഭവിച്ച

ശാരീരികവും അതിലേറെ മാനസികവുമായ പീഡനങ്ങൾ മനുഷ്യജന്മം കിട്ടിയ ആര് അനുഭവിച്ചാലും ഇതുതന്നെ ഗതി. കഥാകാരനെന്നല്ല, സാക്ഷാൽ ഉടയതമ്പുരാൻ ഇറങ്ങിപ്പുറപ്പെട്ടാൽപോലും എല്ലാം പരിഹരിച്ചുകളയും എന്നത് തോന്നൽ മാത്രം.

നിസ്സാരമായ മരണംപോലും ഇരന്നുവാങ്ങേണ്ടിവരുന്ന ഗതികേടിൽ കാഞ്ചനയുടെ ഭാവിയെന്താണ്? ബാക്കിയുള്ളവരെ മുൾമുനയിൽ നിർത്തിയല്ലേ ഇഷ്ടൻ പൊരിച്ചുകൊണ്ടിരിക്കുന്നത്?

ഇപ്പോൾ ഒരു രക്ഷകന്റെ റോളിൽ ഞെളിഞ്ഞുനിൽക്കുന്ന ഈ കഥാകാരൻ എന്തിനായിരുന്നു കാഞ്ചനയുടെ മുന്നിൽ പ്രത്യക്ഷപ്പെട്ടത്?

ഓരോരോ ദുർനിമിത്തങ്ങൾ!

താനെഴുതി പൂർത്തിയാക്കിവരുന്ന കഥ വായിച്ച് അതിന്റെ ക്ലൈ മാക്സിൽ വല്ല തിരുത്തലുകളും ആവശ്യമുണ്ടോ എന്ന് ചർച്ച ചെയ്യാൻ കാഞ്ചനയുടെ അയൽപക്കത്തുള്ള വാടകവീട്ടിൽ ഒറ്റയ്ക്ക് താമസിക്കുന്ന, തന്റെ ഗുരുനാഥൻകൂടിയായ രാമൻകുട്ടിമാഷെ കാണാനെ ത്തിയതാ യിരുന്നു ഇയാൾ. വാതിൽ പൂട്ടിക്കിടക്കുന്നതു കണ്ടപ്പോൾ ഇപ്പോഴെ ങ്ങാനും വരുമോ എന്നന്വേഷിക്കാൻ അടുത്തുള്ള കാഞ്ചനയുടെ വീട്ടിൽ കയറിയതാണ്. ഇവിടെ വന്നു ഭവിച്ച എല്ലാ ദുർഗതികൾക്കും അതാണ് കാരണം.

ഇപ്രകാരം വേണ്ടുന്നതിലും വേണ്ടാത്തതിലും തലയിട്ട് സംഭവങ്ങ ളുടെ ഗതി തന്നിഷ്ടപ്രകാരം തിരിച്ചുവിട്ട് ബാക്കിയുള്ളവരെ ആശയ ക്കുഴപ്പങ്ങളുടെ അഗാധതയിൽ ചവിട്ടിത്താഴ്ത്തുക, കഥാകാരന്മാർ എന്നു വിളിക്കുന്ന വിഭാഗത്തിന്റെ വർഗസ്വഭാവമാണ്. ജാത്യാലുള്ളത് തൂത്താൽ പോകുമോ?

ഇപ്പോൾതന്നെ നോക്കൂ. രാമൻകുട്ടിമാഷ് വീട്ടിലില്ല. കഥ കേൾപ്പി ക്കാനും തിരുത്തലുകൾ വരുത്താനും കഴിയാതെ തിരിച്ചുപോ കേണ്ടതല്ലേ? എന്നാൽ നിയോഗം പോലെ കാഞ്ചനയുടെ പടികയറി വരുന്നു. വാതിലിൽ മുട്ടുന്നു, തള്ളിത്തുറക്കുന്നു. കുതിച്ചു ചാടുന്നു. അഭ്യാസിയുടെ മെയ്‌വഴക്കത്തോടെ കറിക്കത്തി പിടിച്ചു വാങ്ങുന്നു. ഇരുകൈകളും നീട്ടി കാഞ്ചനയെ കോരിയെടുക്കുന്നു, സമാധാനിക്കൂ, സമാധാനിക്കൂ എന്ന് ആരോ വൈന്റ് ചെയ്തുവിട്ടപോലെ ഉരുവിട്ടുകൊ ണ്ടിരിക്കുന്നു.

ശ്ശെടാ, ഇയാളാര്? സമൂഹത്തെ ഒറ്റയടിക്ക് നന്നാക്കിക്കളയാൻ കച്ചകെട്ടി പുറപ്പെട്ട പടയാളിയോ? താൻ മനുഷ്യന്റെ പക്ഷത്ത് ശക്തമായി നിലയുറപ്പിക്കുന്നുണ്ടെന്ന് നാലാളെക്കൊണ്ട് പറയിച്ച് സാഫല്യം നേടാൻ മനഃപൂർവ്വം സൃഷ്ടിച്ച നാടകമാണോ ഇത്?

കാരുണ്യം കാട്ടാനാണുദ്ദേശ്യമെങ്കിൽ കാഞ്ചനയെ അവളുടെ പാട്ടിന് വിടുകയാണ് വേണ്ടത്. ഇങ്ങനെ ജീവിച്ച് മരിക്കുന്നതിനേക്കാൾ മരണത്തെ സ്വയംവരിച്ച് അമരത്വം നേടുന്നതാണ് നല്ലതെന്ന് കണ്ടെത്താൻ ഇവൻമാരുടെ പ്രതിഭാവിലാസമൊന്നും ആവശ്യമില്ല.

ഒരു രാമൻകുട്ടിമാഷും കഥതിരുത്തലും വീടുപൂട്ടിക്കിടക്കലും

മടങ്ങിപ്പോക്കും കതകിന് മുട്ടലും തള്ളിത്തുറക്കലും ജീവൻ രക്ഷിക്കലും മണ്ണാങ്കട്ടയും........

"ബാക്കിയുള്ളവർ എന്തും സഹിച്ചുകൊള്ളും. ചാടിക്കളിക്കെടാ കൊച്ചുരാമാ എന്ന മട്ടിൽ അവരെ എന്തുംചെയ്യാം. ചോദിക്കാനും പറയാനും ആരുമില്ല."

"ഇനിയിപ്പോൾ നോക്കിക്കൊള്ളൂ. ഒന്നാറിത്തണുക്കേണ്ട താമസം തുടങ്ങിക്കോളും സാരോപദേശങ്ങളുടെ ഭാണ്ഡക്കെട്ടഴിക്കാൻ! പറഞ്ഞു പറഞ്ഞ് കാരംപോയ സാന്ത്വനവാക്കുകൾ ഒന്നൊന്നായി നിരത്തി വയ്ക്കും. ഏതെടുത്താലും ഒന്നര!"

"കഷ്ടം!"

"വാക്കുകൾകൊണ്ട് മാറ്റിമറിക്കാമോ ഒരു ജീവിതത്തെ! ചേമ്പില നനയ്ക്കുന്നതല്ലേ അതിലെളുപ്പം!."

<h2 style="text-align:center">രണ്ട്</h2>

സന്ധ്യ.....

പക്ഷേ, രാജേന്ദ്രന് കയറിവരാൻ നേരവും കാലവുമില്ല. നടത്തം നാലുകാലിലായതുകൊണ്ട് നാട്ടുകാർക്ക് അരങ്.

വന്നാൽ കാഞ്ചനയെ കണ്ടഭാവം നടിക്കാറില്ല. ചത്തതുപോലെ കട്ടിലിൽ മലർന്നുകിടക്കും. തിന്നാലായി, കുടിച്ചാലായി. ഇറങ്ങിപ്പോകുന്ന നേരവും ആർക്കുമറിയില്ല.

"എല്ലാം ഈയിടെ സംഭവിച്ച മാറ്റമാണ്."

പണ്ടത്തെ രാജേന്ദ്രൻ ഇതായിരുന്നില്ല.

കമ്പനിയിലെ ഫസ്റ്റ് ഷിഫ്റ്റ് കഴിഞ്ഞുള്ള സൈറൺ അവസാനിച്ച് അരമണിക്കൂറിനകം, വീട്ടിലെത്തിയിരിക്കും. ടി. വിയിൽ *ജ്വാലയായി* കഴിയുന്ന നേരമാണത്.

മറ്റു തൊഴിലാളികൾക്ക് മൂന്നു ഷിഫ്റ്റിലും മാറിമാറി പണിയെടുക്കണ മെങ്കിലും വീട്ടിൽ ഭാര്യ ഒറ്റയ്ക്കാണ്, നാട്ടിലാകെ കള്ളന്മാരാണ്, അയൽപക്കക്കാർ ശരിയല്ല എന്നൊക്കെ പറഞ്ഞ് ആരുടെയൊക്കെയോ കൈയും കാലുംപിടിച്ച് എന്നും ഫസ്റ്റ് ഷിഫ്റ്റിന്റെ ഭാഗ്യം അനുഭവിച്ച് വരികയായിരുന്നു.

വന്നപാടെ കൈകാൽ കഴുകി കാഞ്ചനയിട്ടുകൊടുക്കുന്ന കാപ്പിയും ലഘുഭക്ഷണവും കഴിച്ച് റിമോട്ട് കൈയിലെടുത്ത് ടിവിക്ക് മുന്നിലിരിക്കും. സീരിയലുകളും കോമഡിഷോകളുമാണ് ഏറെയിഷ്ടം.

കെൽട്രോൺ നിറജീവനോടിരുന്ന കാലത്ത് ആരോ വാങ്ങിയ ടി വി, മൂന്നാമതോ നാലാമതോ മറിച്ചുവിറ്റ് കൈയിൽ വന്നുപെട്ടതാണ്. ചാന ലുകളുടെ എണ്ണം കുറവായതുകൊണ്ട് എക്സ്ചേഞ്ച് ചെയ്ത് ലേറ്റസ്റ്റ്മോഡലൊരെണ്ണം വാങ്ങണമെന്ന് വിചാരിച്ചിട്ട് കുറെ നാളായി. നടന്നില്ല. ഇരുന്നൂറും മുന്നൂറും ചാനലുകൾ കൈപ്പിടിയിലൊതുക്കാൻ കഴിയുന്ന ഇക്കാലത്ത് ഈ ഭീകരവസ്തു നാലാൾകാൺകെ മുറിയിൽ വെക്കുന്നത് തന്നെ നാണക്കേടാണ്. എന്തുചെയ്യാം. വെറുമൊരു കമ്പനി

തൊഴിലാളിയായിപ്പോയി. രണ്ടറ്റം കൂട്ടിമുട്ടിക്കാൻ തന്നെ പാടാണ്.

കാഞ്ചന തമാശയാക്കി പറയും.

"ഇയാളെ പ്രേമിച്ച് നടന്നയ്ന് പകരം വല്ല കോളേജ് മാഷ്യോ, ബിസിനസ്കാരന്യോ കണ്ണും കയ്യും കാട്ടി അടുപ്പിക്കാന്നോക്കിയിര്ന്നെ ങ്കില് ഉടുത്തൊരുങ്ങി നടക്കാൻ വകയുണ്ടാവ്വാര്ന്നു. ഒര്പാട് മുറികളും ജനലുകളുമുള്ള വീട്ടില് ശ്വാസംമുട്ടാണ്ട് ജീവിക്കാമ്പറ്റാര്ന്നു. അബു ദാബീലെ എഞ്ചിനീയർക്ക് എന്നെ കിട്ടാഞ്ഞിറ്റ് ഇപ്പഴും വെഷ മാത്രെ!"

"അതെന്ന്യാ എനിക്കും പറയാനുള്ള."

രാജേന്ദ്രനും വിട്ടുകൊടുത്തില്ല.

"നിന്റെ ബേക്കില് ചുറ്റിപ്പറ്റി നേരംകളഞ്ഞ സമയം ആ രാഘവൻ കോൺട്രാക്ട്രടെ മോള് രാഗിണിന്യോ, രാമേന്ദ്രൻ മാഷ് മങ്ങലം കയ്ച്ച ശ്യാമളേന്യോ വലവീശിയ്ര്ന്നെങ്കില് ആണ്ങ്ങളെപ്പോലെ അന്തസ്സായി ജീവിക്കാൻ കഴിയ്വാര്ന്നു. അപ്പറും ഇപ്പറും നോക്കാണ്ട് പ്രേമിക്കാൻ പൊറപ്പെട്ടാല് എന്നെപ്പോലിരിക്കും."

"ഓ. രാഗിണീന്റെ പല്ല് കണ്ടാമതി. ഫോട്ടോന് ചില്ലിടാൻ പറ്റുല്ല. ശ്യാമളയ്ക്ക് പറ്റ്യാള് രാമേന്ദ്രൻമാഷ് തന്ന്യാ. ഒത്ത നിറം. ടോർച്ചടിച്ചാലും കാണുല്ല."

"ഒര് സ്റ്റൈല്കാരത്തി."

"എന്താ കൊറവ്! എന്റെ സ്റ്റൈലും തങ്കംപോലെത്തെ സൊഭാവും കണ്ടിറ്റല്ലേ രാജേട്ടൻ വീണത്."

"അതേപ്പാ. അതെന്നെ. അന്നു തൊടങ്ങീലേ എന്റെ കഷ്ടകാലം...!"

രാജേന്ദ്രൻ നെടുവീർപ്പിട്ടു. "എന്റെ പൊന്നു രാജേട്ടാ, എനിക്കു വേണ്ടി മാത്രാ എന്റെ രാജേട്ടൻ ജനിച്ചതുതന്നെ."

രാജേന്ദ്രന്റെ അടുത്ത് ചേർന്നിരുന്ന കാഞ്ചന പറഞ്ഞു.

"അങ്ങനെയല്ല. എനിക്കുവേണ്ടി കഴിഞ്ഞ ജന്മത്തില് അഡ്വാൻസ് കൊടുത്ത് പറഞ്ഞു ശരിയാക്കി സൃഷ്ടിച്ചതാ എന്റെ കാഞ്ചനയെ."

"രാജേന്ദ്രൻ കാഞ്ചനയുടെ കൈയെടുത്ത് തന്റെ തോളിലിട്ടു."

"നിന്റെ കൈയെല്ലാം മെലിഞ്ഞുപോയല്ലോ. കഴുത്ത് കൊച്ചെനെപ്പോ ലെ നീളംവെച്ചല്ലോ. ഒന്നും തിന്നാഞ്ഞിറ്റല്ലേ."

"അതൊന്മല്ല. ലേശം പൊന്നിന്റെ തരി അവിടേം ഇവിടേം തൊട്ട് വെച്ചിറ്റ്ണ്ടെങ്കില് തടിവച്ചതായിറ്റ് തോന്നും; തന്നാലെ."

"ഇപ്രാവശ്യം ഓണത്തിന് ബോണസ് കിട്ട്യാ നിനക്കൊരു വള."

കല്യാണം കഴിഞ്ഞ അന്നു മുതല് കേൾക്കാൻ തുടങ്ങിയതാണല്ലോ ഇത് എന്ന് കാഞ്ചനയ്ക്ക് തോന്നിയെങ്കിലും പറഞ്ഞില്ല. പാവം രാജേട്ടൻ. അരിസാമാനങ്ങൾക്ക് അത്രയേ വരൂ. വാടക, ഗ്യാസ്, പാല്, കരണ്ട്, കേബിൾ ഇവറ്റകളോടാണ് തടുപ്പൊറില്ലാത്തത്. നിർത്താൻ പറ്റിയത് ഒന്നേയുള്ളു പത്രം. നിർത്തി. ബാക്കിയെല്ലാം ശ്വാസത്തിനു തുല്യം. ടെലി ഫോണില്ലാത്ത ഒരു വീടും നാട്ടിലില്ല. അങ്ങോട്ടും ഇങ്ങോട്ടും ഇതേപ്പറ്റി പറയാന്നല്ലാതെ ഇതുവരെ ആപ്ലിക്കേഷൻപോലും കൊടുത്തില്ല. വിളിക്കാനും പറയാനും ആരാണുള്ളത് എന്ന് സമാധാനിക്കും. മിക്സി,

ഗ്രൈൻഡർ ഇവയുടെ കടം തീർന്നിട്ടില്ല. ടൗണിൽ പോയാലെല്ലാം ഫ്രിഡ്ജും വാഷിംഗ്മെഷീനും കണ്ടുവയ്ക്കും. വിലചോദിക്കും. പിന്നീട് വരാമെന്നു പറഞ്ഞ് മടങ്ങിപ്പോരും.

എന്നെങ്കിലും നമ്മുടെ സൂര്യൻ ഉദിക്കാതിരിക്കില്ല. രാജേട്ടൻ നയാപൈസ വെറുതെ കളയാറില്ല. വലിയില്ല, കുടിയില്ല, കൂട്ടുകെട്ടില്ല, കടയിൽനിന്നൊരു കാലിച്ചായ പോലും കഴിക്കില്ല. എന്നിട്ടും കടം.

കുട്ടികളില്ലാത്തത് ഒരു കണക്കിന് ഭാഗ്യം. ഇല്ല എന്നല്ലേ വിഷമി ക്കേണ്ടു. ചൊറി, പനി, വലിവ്, വയറിളക്കം.... ആസ്പത്രിക്കും മരുന്നിനുമായി കാശ് കടലിൽ കളയേണ്ടല്ലോ. ആഴ്ചയ്ക്കാഴ്ച്ചക്ക് തുണിയും കുപ്പായവും വാങ്ങി നടുവൊടിയേണ്ടല്ലോ.

അത്രയും ആശ്വാസം.

പക്ഷേ, കുഞ്ഞുകുട്ടിപ്രാരാബ്ധമൊന്നുമില്ലാത്ത ജീവിതത്തിന് എന്തർത്ഥമാണുള്ളത് എന്ന് അപ്പോൾതന്നെ ചിന്തിച്ചു കാഞ്ചന.

"രാജേട്ടാ മൊടക്കൊന്നും പറയല്ലേ, ഇപ്രാവശ്യത്തെ ബോണസ് കിട്ട്യാ നമ്മക്ക് ഏർണാകുളത്ത് പോയി ഒര് ചെക്കപ്പ് നടത്തണം. ആട്ത്തെ മർന്ന് കയ്ച്ചാല് ഒരുപക്ഷേ ഭാഗ്യം തെളിഞ്ഞാലോ..."

രാജേന്ദ്രൻ ഒന്നും മിണ്ടിയില്ല.

"ഞാൻ കാര്യായിറ്റ് പറഞ്ഞതാ രാജേട്ടാ."

രാജേന്ദ്രൻ ഉറക്കത്തിലേക്ക് വഴുതിയിറങ്ങുകയായിരുന്നു.

എന്നും *ജ്വാലയായി* കഴിയുമ്പോളെത്താറുള്ള രാജേന്ദ്രൻ ആദ്യമായി വൈകി. അമ്മയും വലയവും അവസാനിച്ചു. *വാർത്തയായപ്പോൾ* കാഞ്ചനയ്ക്ക് ആധിപെരുകി. ടി വി ഓഫ് ചെയ്ത് വഴിയിൽ കണ്ണും നട്ടിരിപ്പായി.

ദൂരെ രാജേന്ദ്രന്റെ നിഴൽ.

കണ്ടികയറി കാൽ കഴുകുമ്പോഴേ കാഞ്ചന അടുത്തുവന്നു.

"നൂണ. അല്ലാണ്ടെന്താ?"

രാജേന്ദ്രൻ പിറുപിറുക്കുന്നുണ്ടായിരുന്നു.

കാഞ്ചന നെറ്റിചുളിച്ചു.

"ഇത്തവണ ബോണസ്സില്ലാന്ന്, മൊതലാളി പറഞ്ഞത്രേ. നൂണ. നേതാക്കന്മാർക്കെന്താ പണി. പയ്യാരും പരദൂഷണവും അല്ലാണ്ട്. കാലാകാ ലായി തെർന്ന ബോണസ്സ് തെർല്ലാന്ന് പറയാൻ മൊതലാളിയെന്താ അത്രയ്ക്ക് വിവരുല്ലാത്തോനാ? ഒമ്പല്ലാന്ന്. ഇവന്മാർക്ക് ജാഥയ്ക്കും മീറ്റിംഗിനും ആള് കൂടണം. വേറെന്തിനാ? എന്നോടും പറഞ്ഞു പോവാൻ. വരൂലാന്ന് ഞാനും. കൊറെ നിർബന്ധിച്ചപ്പഴ് മുടിയട്ടെന്ന് പറഞ്ഞ് ഓരോ പ്പരം പോണ്ടിവന്നു."

കപ്പ പുഴുങ്ങിയതും കാപ്പിയുമായി കാഞ്ചന വരുമ്പോഴേക്കും രാജേന്ദ്രൻ റിമോട്ട് കൈക്കലാക്കിയിരുന്നു.

"എന്നിട്ട് മീറ്റിംഗ് തീർന്നോ?"

"മാ. ആർക്കറിയാം. കൊറച്ചിർന്നിറ്റ് ഞാനെറങ്ങിവന്നു."

"ന്താ അവര് പറയ്ന്ന്?"

"സംഘടന, സമരം, രക്തസാക്ഷി, പിക്കറ്റിംഗ്, മെമ്പർഷിപ്പ്, ഉദാരീക രണം, വർഗീയത, ഭരണഘടന, അക്രമം, മുതലാളിത്തം, സമാധാനം, നരസിംഹറാവു, നീതി, ജാതി, ത്യാഗം, തൊഴിലാളി, ജനാധിപത്യം, കർഷകൻ, ഫാസിസം, അമേരിക്ക, ബുർഷ്വാസി, വോട്ട്, വേതനം, പിരിച്ചുവിടൽ, പണിമുടക്കം, പ്രക്ഷോഭം, സ്വകാര്യമൂലധനം, പ്രതിസന്ധി, അധിനിവേശം, ലോകബാങ്ക്, അവകാശം, ജാഗ്രത, സാമ്രാജ്യത്വം, ആഗോളവൽക്കരണം, പോരാട്ടം, കൊടി......."

മൂന്ന്

ഓണത്തിന് ഒരു കറി മാത്രമേ ഉണ്ടാക്കിയുള്ളു. പരിപ്പുകറി. പപ്പടംപോലും കാച്ചിയില്ല. പത്തുകറിയുണ്ടാക്കിയാലും ഉണ്ണുന്ന ചോറിന് കണക്കുണ്ട്. പിന്നെന്തിന് കഷ്ടപ്പെടണം. പായസത്തെപ്പറ്റി ചിന്തിച്ച തേയില്ല. ആർക്കു കഴിക്കാനാണ് പായസം!

കൊച്ചു പൂക്കളം മാത്രമേ മുറ്റത്ത് ഇട്ടുള്ളു. പേരിനു മാത്രം. തൊടിയിൽ നിന്ന് നുള്ളിയെടുത്ത ലേശം തുമ്പപ്പൂ. മഞ്ഞക്രോട്ടൺ ഇല ചെറുതായി അരിഞ്ഞ് അലസമായി ചുറ്റുമിട്ടു. കിലോ കണക്കിന് ജമന്തിയും ചെണ്ടുമല്ലികയുംകൊണ്ട് നിറയാറുള്ളതാണ് മുറ്റം. ഇത്തവണ രാജേട്ടൻ ടൗണിൽ പോയതേയില്ല.

അല്ലെങ്കിലും ആരു കാണാനാണ് പൂക്കളം ഒരുക്കേണ്ടത്?

പുത്തനുടുപ്പിട്ട് കൂട്ടുകാരോടൊപ്പം ആർത്തുല്ലസിക്കാറുള്ള, കുഞ്ഞിന്നാളിലെ ഓണക്കാലത്തെപ്പറ്റി ഓർത്തു കാഞ്ചന.

അച്ഛൻ, അമ്മ.....

ഒന്നും ഓർക്കേണ്ടുന്ന സമയമല്ലിത്.

ഇപ്പോൾ എനിക്ക് രാജേട്ടൻ. രാജേട്ടന് ഞാൻ.

നമുക്ക് എലിപ്പത്തായം പോലുള്ള ഒരു ടെലിവിഷൻ.

ചാനലുകളെല്ലാം ഓണമാഘോഷിക്കുകയാണ്. മെഗാഷോകൾ മാറിമാറിക്കണ്ട് കൺപോളകൾക്ക് കനം വന്നു. ഉച്ചയൂണിനുശേഷം കസാരയിലിരുന്ന് രാജേന്ദ്രൻ ഉറങ്ങിപ്പോയി.

ഇത്തവണയും എറണാകുളത്ത് പോയി ടെസ്റ്റ് നടത്താൻ കഴിയി ല്ലല്ലോ എന്ന് വ്യസനിച്ച് കാഞ്ചനയും ഉറങ്ങിപ്പോയി.

ബോണസ് പൂർണമായും ഇല്ലാതായതു മാത്രമല്ല, ഇടയ്ക്കിടെയുള്ള ലേഓഫും പവർക്കട്ടും രാജേന്ദ്രന്റെ ജീവിതത്തിലെ ആണിക്കല്ല് ഇളക്കുകയായിരുന്നു.

എല്ലാം ശരിയാവും ശരിയാവും എന്ന് സമാധാനിക്കാൻ ശ്രമിച്ചിട്ടും അടിച്ചവടിയിൽ ചുറ്റുന്ന പാമ്പിനെപ്പോലെ കഷ്ടതകൾ പെരുകിവരുന്നു. വീട്ടിലിരുന്ന് മടുത്തു പല ദിവസങ്ങളിലും....

ഒരു ദിവസം അടച്ചിട്ട കമ്പനിഗേറ്റിനുമുന്നിൽ ചത്തവീടിന് കാവൽപോലെ കൂട്ടംകൂടി നില്ക്കുകയായിരുന്നു തൊഴിലാളികൾ.

"ഇനി കമ്പനി തൊറക്ക്ന്നില്ലാന്ന്. എല്ലാരേം പിരിച്വിടാനാണ് പരിപാടി. ചില്ലിക്കാശ് ആനുകൂല്യം തെരാണ്ട്."

"അതെങ്ങന്യാ. പിരിച്ചുവിടാൻ ഇയാൾക്കെന്തവകാശം?"

"അങ്ങന്യാ കാര്യങ്ങൾടെ പോക്ക്."

"അയ്ന് മാത്രം ന്താ ഇണ്ടായെ?"

"പണ്ടത്തെപ്പോലെ തുണി കയറ്റി അയയ്ക്കാൻ കൈയിന്നില്ലാന്ന്. അതോണ്ട കൊള്ളലാഭത്തില് കൊറച്ച് ഇടിച്ചില് വന്നു. നെലവിലുള്ളോരെ പിരിച്ചുവിട്ട് തുച്ഛമായ ദിവസക്കൂലിക്ക് പൊറത്ത്നിന്ന് ആളെ എട്ക്കാനാ പരിപാടി."

"നെയമും കോടതീം ഒന്നുല്ലേ ഈടെ?"

"അതെല്ലാം ഓർടെ അട്ത്ത സില്ബന്ധ്യാ."

"ഓര് ചർച്ചേം നടക്കുലാ?"

"നടക്കും. പേരിന്. തീരുമാനൊന്ന്യാകാതെ മാറ്റിമാറ്റിവെച്ച് നമ്മള് മടുത്തുന്ന് തോന്നുമ്പം ഓട്ടമെറ്റിക്കായി നിക്കും."

"സർക്കാര്...?"

"സർക്കാര്! ഓർണ്ടാക്യ നെയമം കൊണ്ടെന്ന്യാഡ്ഡോ മൊതലാളിക്ക് ഇത്രേം ധൈര്യം കിട്ട്യത്. മോങ്ങാനിർന്ന പട്ടിന്റെ മണ്ടേല് തേങ്ങാ വീണപോലത്തെ അവസ്ഥ്യാ."

"ഒര് സമരും നടക്കുലാ...?"

"സമരം! ഒര് മീറ്റിങ്ങിന് വിളിച്ചാ ന്ങ്ങളെ പോലത്താക്കൊന്നും നേരുല്ലല്ലോ. ഇനീപ്പം ഗേറ്റിന് മുന്നില് കുത്തിരിക്കാന്ന് വെച്ചത്തന്നെ എത്ര ദിവസം? മടുക്കുമ്പം ആളെണീറ്റ് പോവും. ചെലര് മറ്റെന്തെങ്കിലും വയ് നോക്കും. ഒന്നിനും കൈയ്യാത്തോര് വള്ളോടം പൊയെലോ മറ്റോ ചാടി ചാകും. അത്രന്നെ!"

"അങ്ങനെ പറഞ്ഞാപ്പറ്റ്വോ?"

"പിന്നെന്താ ചെയ്യാ. ഓർടെ വീട് വളയ്വാ, കാറ് തടയ്വാ കല്ലെറിയ്വാന്നൊക്കെ പറയ്ന്നത് നടക്ന്ന കാര്യാണോ? എത്ര പേർണ്ടാ വുന്ന് കണ്ടന്നെ അര്യണം. ഉണ്ടെങ്കിത്തന്നെ ഓർക്ക് പോലീസ് പ്രൊട്ട ക്ഷനില്ലേ."

"നമ്മക്കല്ലേ ഒന്നുല്ലാത്തെ. പത്ത്പെഞ്ച് തലമൊറക്ക് രാജാക്കമ്മാ രെപോലെ കൈയ്യാനുള്ളത് ഇണ്ടാക്കിക്കയ്ഞ്ഞശേഷം ഓര് ചവച്ചുതുപ്പ്യ ചണ്ട്യല്ലേ നമ്മള്, വെറും ചണ്ടി."

"അപ്പോ ഇനി നമ്മള്.....?"

....

ചിലര് ഒച്ചവെയ്ക്കുന്നു. പടിവാതില്ക്കല് കുത്തിയിരിക്കുന്നു. തൊണ്ടവേദനിക്കുംവരെ മുതലാളിക്ക് മൂർദ്ദാബാദ് വിളിക്കുന്നു.

രാജേന്ദ്രൻ നിരാശനായി മടങ്ങി.

"നിന്റെ ദുർമുഖം കണ്ടെണ്ണീറ്റ ദിവസം എനിക്കിങ്ങന്യാ—"

കാഞ്ചന ഒന്നും മിണ്ടിയില്ല.

"അല്ലെങ്കിലും റയ്സാപ്പീസ്ന്ന് നിന്നെ കെട്ടിക്കൊണ്ടുവന്ന അന്ന് തൊടങ്ങ്യതല്ലേ എന്റെ കഷ്ടകാലം. ബന്ധുക്കള്ന്ന് പറയ്ന്ന ഒറ്റാളും ഇല്ലാണ്ടായി തിരിഞ്ഞു നോക്കാൻ."

കാഞ്ചന കട്ടിലിൽ കമിഴ്ന്ന് കിടന്ന് കണ്ണീർ വാർത്തു.

രാജേന്ദ്രന്റെ പോക്കുവരവിന് സമയനിഷ്ഠയില്ലാതായി. പറയുന്ന വാക്കുകൾക്ക് കടിഞ്ഞാണില്ലാതായി.

ഒരു ദിവസം ഇറങ്ങിപ്പോകുമ്പോൾ സഞ്ചിയിൽ പഴയ മിക്സി.

കാഞ്ചന നോക്കിനിന്നു.

എപ്പോഴോ തിരിച്ചുവന്നു. വന്നത് നാലുകാലിൽ. കേൾക്കാനറയ്ക്കുന്ന ചീത്തവാക്കുകൾ നാക്കിൽ.

വീട്ടുപകരണങ്ങൾ ഒന്നൊന്നായി പടിയിറങ്ങിപ്പോയി.

അസ്വസ്ഥതകൾ കൂട്ടത്തോടെ പടികയറിവന്നു.

ജാമ്പവാൻകാലത്തെ ടെലിവിഷൻ മാത്രം ആർക്കും വേണ്ട. ചാകാറായ പട്ടിയെപ്പോലെ മോങ്ങിക്കൊണ്ടു കിടന്നു.

കാഞ്ചന ഒന്നും രണ്ടും രൂപ കുറിവെച്ച് വാങ്ങിയ കൊച്ചു നിലവിള ക്കുണ്ടായിരുന്നു. അവസാനമായി അതും പോയി.

എതിർവാക്കൊന്നും മിണ്ടിപ്പോകരുത്.

കമിഴ്ത്തി നിർത്തി കൈമുട്ടുകൊണ്ട് നടുപ്പുറത്ത് ആഞ്ഞുകുത്താണ്.

ഇപ്പോൾ കാഞ്ചന കരയാറില്ല.

ഇത് എന്റെ രാജേട്ടനല്ല. മറ്റാരോ ആണ്.

മനസ്സിന്റെ ഭാരം തല്ക്കാലത്തേക്കെങ്കിലും ഇറക്കിവെയ്ക്കാൻ ഒരത്താണിയെങ്കിലും ഇല്ലോല്ലോ ഭഗവാനേ!

"രാജേന്ദ്രൻ കുടി തൊടങ്ങീറ്റ്ണ്ടല്ലേ....?"

ഒരുച്ചയ്ക്ക് അയൽപക്കത്തെ രാമൻകുട്ടി മാഷ് വീട്ടിൽ വന്നു ചോദിച്ചു.

കാഞ്ചന മറുപടി പറഞ്ഞില്ല.

കുടി മാത്രമാണെങ്കിൽ എത്ര ഭേദമായിരുന്നു! ഇതങ്ങനെയല്ല. ഭ്രാന്ത്; മുഴുഭ്രാന്ത്!

"നിങ്ങളുടെ കുടുംബകാര്യത്തിൽ ഇടപെടുകയാണെന്ന് കരുതരുത്. രാജേന്ദ്രന്റെ പോക്ക് ശരിയല്ല. ഞാനൊന്ന് പറഞ്ഞു നോക്ക്യാലോ....?"

രാമൻകുട്ടി മാഷ് ചോദിച്ചു.

"അറിഞ്ഞൂട മാഷെ. എനിക്കൊന്നുമറിഞ്ഞൂടാ."

കാഞ്ചന ഏങ്ങിക്കരഞ്ഞു.

"കരയാണ്ടിരിക്ക് മോളെ. എന്തെങ്കിലും വഴിയുണ്ടാകും."

മാഷ് കാഞ്ചനയുടെ പുറത്തുതട്ടി ആശ്വസിപ്പിച്ചു.

വായുവിൽ ഉദിച്ചുപൊന്തിയപോലെ രാജേന്ദ്രൻ മുന്നിൽ.

"ഇതും തൊടങ്ങിയോ? കുഴിയിൽ കാല് നീട്ടിവെക്കാറായല്ലോ. എന്നിട്ടും കിഴവന്റെ പൂതി. മാഷ് പോലും. ഫൂ."

രാമൻകുട്ടിമാഷ് ഒറ്റയോട്ടം.

"ആവ്ന്ന കാലം മങ്ങലം കയ്ക്കാഞ്ഞിറ്റ് ചാവാന്നേരത്താ കാമപ്രാന്ത്."

രാജേന്ദ്രൻ പറഞ്ഞുകൊണ്ടിരുന്നു.

എത്രപേരെ വ്യാകരണം പഠിപ്പിച്ചിട്ടുണ്ട്! എത്ര പേരുടെ മലയാളം

തെറ്റുതിരുത്തി ശരിയാക്കിക്കൊടുത്തിട്ടുണ്ട്! എത്രപേരെ സ്നേഹ ത്തോടെ, തല്ലിയും തലോടിയും നേർവഴിക്ക് നയിച്ചിട്ടുണ്ട്! എല്ലാത്തിനും കിട്ടിയ പ്രതിഫലം! പലിശയും കൂട്ടുപലിശയുമടക്കം!

മാഷ് വീട് പൂട്ടി സഹോദരിയുടെ വീട്ടിലേക്ക് തല്ക്കാലത്തേക്ക് താമസം മാറ്റി. എല്ലാം സഹിക്കാം. ഇമ്മാതിരി പെരുദോഷം...!

ഇടയ്ക്കു വന്ന് തുറന്ന് മാറാലകൾ അടിച്ചുവാരും. വരുമ്പോൾ കാഞ്ചനയുടെ വീടിരിക്കുന്ന ഭാഗത്തേക്ക് മുഖം തിരിക്കാറേയില്ല.

കാഞ്ചന ഒറ്റയ്ക്കിരുന്ന് കണ്ണീർ വാർത്തുകൊണ്ടിരുന്നു. ഇടിമഴ പോലെ പെയ്തുകൊണ്ടിരുന്ന അടിയുടെയും ചീത്ത വാക്കുകളുടെയും മുന്നിൽ നിർവികാരയായി നനഞ്ഞൊലിച്ചുകൊണ്ടിരുന്നു.

പകലായാലും രാത്രിയായാലും തനിക്കുചുറ്റും കുറ്റാക്കൂരിരുട്ട് മാത്രം. കാൽക്കീഴിൽ നിന്ന് മണ്ണ് കുത്തിയൊലിക്കുന്നു.

ഭൂതവും ഭാവിയും വർത്തമാനവുമെല്ലാം കൂട്ടിക്കിഴിച്ചുനോക്കി. പെരുക്കിയും ഹരിച്ചും നോക്കി.

ശിഷ്ടം വലിയൊരു ഉണ്ടക്കണ്ണ്.

ഭീകരമായി തുറിച്ചുനോക്കുന്നു.

കതകുകൾ ചാരി.

രണ്ടും കല്പിച്ച് മുന്നിലുണ്ടായിരുന്ന കറിക്കത്തി കൈയിലെടുത്തു.

നാല്

പിടിച്ചുവാങ്ങിയ കറിക്കത്തി കൈയിലെടുത്ത് ഒരു ജേതാവിനെ പ്പോലെ ഞെളിഞ്ഞിരിക്കുകയാണ് കഥാകാരൻ. ഇനി തന്റെ റോളാണ്.

രാജേന്ദ്രൻ വരട്ടെ, അൽപ്പം ചിന്തിപ്പിക്കണം. ഈ കത്തി കാട്ടി പശ്ചാ ത്താപവിവശനാക്കണം. എന്നിട്ടും വിരൽത്തുമ്പിലൊതുക്കാൻ കഴിയുന്നി ല്ലെങ്കിൽ....

"ചൊല്ലിക്കൊട്, നുള്ളിക്കൊട്. തല്ലിക്കൊട്, തള്ളിക്കള എന്നുണ്ടല്ലോ."

"പക്ഷേ, ക്ലൈമാക്സ്."

അതൊരു വിഷയമല്ല.

അല്ലെങ്കിലും ആദിമധ്യാന്തമില്ലാത്ത ഒരു സാധനമാണല്ലോ മനുഷ്യന്റെ മനസ്സ്.

അത് പദാർഥത്തിന്റെ ഏതവസ്ഥയാണെന്ന് അറിയാത്തിടത്തോളം, മറ്റുള്ളവരുടേതുപോകട്ടെ. അവനവന്റേതുപോലും കൈപ്പിടിയിലൊ തുക്കുക അസാധ്യം.

ആത്മഹത്യയിൽ പൂർണവിരാമമിടാനുള്ള അവസരം കളഞ്ഞുകുളി ച്ചത് വിഡ്ഢിത്തമായോ?

അങ്ങനെയും ആലോചിക്കാവുന്നതാണ്.

രാജേന്ദ്രനെ പാഠംപഠിപ്പിക്കാനുള്ള ശരിയായ വഴിയായിരുന്നില്ലേ അത്.

ഇന്നല്ലെങ്കിൽ നാളെ ഈ മനുഷ്യന്റെ കൈകൊണ്ട് മരിക്കുമെന്നുറ പ്പാണ്. മറ്റുള്ളവരുടെ കൈകൊണ്ട് പിടഞ്ഞുപിടഞ്ഞു മരിക്കുന്നതിനെ

ക്കാൾ നല്ലതല്ലേ സ്വയം ഇല്ലാതാകുന്നത്.

അല്ല.

കാഞ്ചനയുടെ ജീവൻ രക്ഷിച്ചേ പറ്റൂ.

അല്ലെങ്കിൽ ബാക്കിയുള്ളവർക്ക് ഇതാവും മാതൃക. ദുഃഖവും ദുരിതവും പെരുകി വരുമ്പോൾ ചെറിയ ചെറുത്തുനിൽപ്പിനുപോലും മുതിരാതെ ഈവഴി തിരഞ്ഞെടുത്തെന്നുവരും.

താനൊരു കഥാകാരനാണ്.

സമൂഹത്തെ നേർവഴിക്കുനയിക്കാനുള്ള ഗുണപാഠങ്ങൾ സൃഷ്ടിക്കു കയാണ് യഥാർത്ഥ കഥാകാരന്മാരുടെ ജോലി.

വഴികൾ താനേ തുറന്നുവരും. ഏതോ അദൃശ്യകരങ്ങൾ നീണ്ടുനീണ്ടു വന്ന് ശക്തി പകർന്നുതരും.

കത്തിജ്ജ്വലിക്കുന്ന കാഞ്ചനയുടെ മനസ്സ് ആറ്റിത്തണുപ്പിക്കാൻ എന്തു വഴിയുണ്ട്?

കിട്ടിപ്പോയി.

അദൃശ്യകരങ്ങൾ രക്ഷപ്പെടുത്തി.

അവിശ്വാസികൾ അൽപ്പനേരം കണ്ണടയ്ക്കണമെന്നു മാത്രം.

കഥാകാരന്മാർ വിശ്വാസികളല്ല. എന്നാൽ അവിശ്വാസികളുമല്ല.

ആ അദൃശ്യകരങ്ങൾ തപാലിലയച്ചു തന്ന സന്ദേശമുണ്ട് കീശയിൽ. കുറച്ചുനാൾ മുൻപ് കിട്ടിയതാണ്. കീറിക്കളയാൻ മനസ്സുവന്നില്ല.

മടക്കി ചുരുട്ടിവെച്ചിരുന്ന കടലാസ് നിവർത്തി.

ഈ സന്ദേശം നിങ്ങളെ തൊട്ടുണർത്തിയേക്കാം

ആയിരത്തിത്തൊള്ളായിരത്തി തൊണ്ണൂറ്റിനാല് ഏപ്രിൽ പതിനാറിന് ബോസ്നിയ ഹെർസിഗോവിനയിലെ ഒരു ഗ്രാമത്തിൽ നിന്ന് മാതാവിന്റെ സന്ദേശം.

എന്റെ മക്കളേ,

ഇന്നു ഞാൻ നിങ്ങളുടെ പ്രാർത്ഥനയ്ക്ക് നന്ദി പറയുന്നു. നിങ്ങൾ എന്നെ പ്രാർത്ഥനവഴി സഹായിച്ചതുകൊണ്ടാണ് ഈ ലോകം നിലനിൽക്കുന്നത്. ഞാൻ എന്നും നിങ്ങളോടുകൂടിയുണ്ട്. നിങ്ങൾക്കു വേണ്ടി പ്രാർത്ഥിക്കുന്നുണ്ട്. ഞാൻ നിങ്ങളോട് ആവശ്യപ്പെടുന്നത് തുടർന്നും പ്രാർത്ഥിക്കുവാനാണ്. ലോകത്തിലെ ഒരു പാപിയും താൻ രക്ഷപ്പെടുകയില്ല എന്നു കരുതി നിരാശപ്പെടേണ്ട. എന്നെ വിളിച്ചാൽ മാപ്പ് ലഭിക്കാത്തവണ്ണം ആരും ശപിക്കപ്പെട്ടിട്ടില്ല. ഞാൻ നിങ്ങളെ എല്ലാവരെയും ഒരുപോലെ സ്നേഹിക്കുകയും സംരക്ഷിക്കുകയും ചെയ്യുന്നു. ബ്രസീലിൽനിന്ന് വരുന്ന ഈ സന്ദേശം ലോകത്തെ മുഴുവൻ അറിയിക്കുക. ഇത് തമാശയല്ല. ഇതിന്റെ ഇരുപത്തിനാല് കോപ്പികൾ എടുത്ത് നമ്മുടെ വീട്ടുകാർക്ക്, അയൽക്കാർക്ക്, ബന്ധുക്കൾക്ക്, സ്നേഹിതർക്ക് അയച്ചുകൊടുക്കുക. ഇത് സൂക്ഷിച്ചുവെക്കാനുള്ളതല്ല. തൊണ്ണൂറ്റിയാറ് മണിക്കൂറിനുള്ളിൽ ഇതിന്റെ കോപ്പികൾ അയച്ചിരി ക്കണം. എട്ടു ദിവസങ്ങൾക്കകം നിങ്ങൾക്ക് അറിയപ്പെടുന്ന ഒരു ഭാഗ്യം കൈവരും. ക്രിസ്തീന എന്ന പാവപ്പെട്ട പെൺകുട്ടി ഈ സന്ദേശം

സ്വീകരിച്ച്, വായിച്ച്, പ്രാർത്ഥിച്ച് ഇതിന്റെ കോപ്പികൾ എടുത്ത് ഇരുപത്തിനാലു പേർക്ക് അയച്ചുകൊടുത്തു. മൂന്നു ദിവസങ്ങൾക്കുള്ളിൽ അവൾക്ക് ഒരു ലക്ഷം ഡോളർ ലോട്ടറിയടിച്ചു. പാരീസിലെ ലോറൻസ് എന്ന കർഷകൻ ഈ സന്ദേശം സ്വീകരിച്ച് അത് കീറിക്കളഞ്ഞു. അതിനുശേഷം അദ്ദേഹത്തിന്റെ വീട്ടിൽ ബുദ്ധിമുട്ടുകൾ അനുഭവപ്പെട്ടു. വിളവുകൾ നശിച്ചു. ഈവ ഫ്രാങ്ക് ഈ സന്ദേശം സ്വീകരിച്ച് തന്റെ ബന്ധുക്കൾക്ക് കോപ്പികൾ വിതരണം ചെയ്തു. ഇന്ന് അവളുടെ സാമ്പത്തികസ്ഥിതി വളരെ മെച്ചപ്പെട്ടിട്ടുണ്ട്. സ്വിറ്റ്സർലാന്റിലെ ഒരു ക്ലാർക്ക് ഈ സന്ദേശം സ്വീകരിച്ചു. പിന്നീട് ഇതേപ്പറ്റി മറന്നുപോയി. നാലു ദിവസത്തിനുശേഷം അദ്ദേഹത്തിന്റെ ജോലിപോയി. ജീവിതം ഇരുട്ടിലാണ്ടു. പിന്നീട് ഈ സന്ദേശത്തെപ്പറ്റി ഓർത്ത് പ്രാർത്ഥിച്ച് കോപ്പികൾ എടുത്ത് മറ്റുള്ളവർക്ക് അയച്ചുകൊടുത്തു. ജോലി തിരിച്ചുകിട്ടി. ജീവിതത്തിന് വെളിച്ചംകിട്ടി. ഭാഗ്യം അവനെയെടുത്ത് ധനികനാക്കി. ആയതിനാൽ ഈ സന്ദേശം നിങ്ങൾക്ക് ലഭിച്ചത് നിങ്ങളുടെ രക്ഷയ്ക്കാണെന്നു കരുതുക. ഒട്ടും വൈകാതെ കോപ്പികൾ എടുത്ത് വിതരണം ചെയ്യുക. അടുത്ത തൊണ്ണൂറ്റിയാറ് മണിക്കൂറു കളാണ് നിങ്ങളുടെ ജീവിതത്തിന്റെ ഗതിവിഗതികൾ നിയന്ത്രിക്കുന്നത് എന്നോർത്താൽ നന്ന്.

നന്നായി.

ഈ എഴുത്ത് കൈയിൽത്തന്നെ ഉണ്ടായിരുന്നത് നന്നായി. കീറിക്കളയണോ, പകർത്തിയെഴുതി പത്തുപേർക്ക് അയച്ചുകൊടു ക്കണോ എന്ന ധർമ്മസങ്കടത്തിലായിരുന്നു ഇതുവരെ.

ഇപ്പോൾ ആശ്വാസമായി.

ഇങ്ങനെയും പ്രയോജനമുണ്ടായല്ലോ.

അദൃശ്യകരങ്ങൾക്ക് നന്ദി.

ഈ സന്ദേശം വരാന്തയിൽ ഇട്ടിട്ട് പോകാം. കാലത്ത് കാഞ്ചനയിത് കാണട്ടെ; നിവർത്തി വായിക്കട്ടെ, ദൈവം കൊണ്ടുവെച്ചതാണെന്നു കരുതട്ടെ, സമാധാനത്തോടെ കുത്തിയിരുന്ന് പകർത്തിയെഴുതട്ടെ, ഇഷ്ടപ്പെട്ടവർക്കെല്ലാം വിതരണം ചെയ്യട്ടെ, മനശ്ശാന്തി ലഭിക്കട്ടെ, അഭിവൃദ്ധിയുണ്ടാകട്ടെ.

ഭാഗ്യം അകമഴിഞ്ഞ് അനുഗ്രഹിക്കുമാറാകട്ടെ.

<h2 style="text-align:center">അഞ്ച്</h2>

കാഞ്ചനയെ കുപ്പിയിലാക്കാൻ ഇത് ധാരാളം.

പെണ്ണല്ലേ.

പക്ഷേ രാജേന്ദ്രൻ!

കുത്താൻ വരുന്ന പോത്താണ്.

സാധാരണഗതിയിൽ ഇവൻമാർ സാരോപദേശങ്ങൾക്ക് ചെവികൊടു ക്കാറില്ല.

എങ്കിലും വരട്ടെ, വഴി തെളിഞ്ഞുവരാതിരിക്കില്ല.

മിസ്റ്റർ രാജേന്ദ്രൻ, ഇനിയും വരാൻ വൈകരുത്. ഞാൻ കാത്തിരിപ്പ് തുടങ്ങിയിട്ട് കുറേനേരമായി. നിന്നെക്കൊണ്ട് ഒരുപാട് കാര്യങ്ങൾ ചിന്തിപ്പിക്കാനുണ്ട്. ഏത് ഷാപ്പിൽനിന്നായാലും ഇറങ്ങിവന്നോളൂ. മത്ത് ഞാൻ മാറ്റിയെടുക്കാം. അഞ്ചാറുകുടം പച്ചവെള്ളം മൂർദ്ധാവിലൊഴിച്ചാൽ മാറാത്ത മത്തുണ്ടോ? സത്യത്തിൽ നിന്റെ കൂടെ ഇത്രയുംനാൾ കഴിഞ്ഞ കാഞ്ചനയെ തൊഴണം. പ്രണയവിവാഹമായിരുന്നല്ലോ നിങ്ങളുടേത്. സർവ്വമാനജനങ്ങളുടേയും എതിർപ്പുകൾ ഏറ്റുവാങ്ങിയ ഘോരമായ പ്രണയം. നിങ്ങളുടെ ജീവിതം ഉടഞ്ഞുതീരാൻ കണ്ണിലെണ്ണയൊഴിച്ച് കാത്തുനിൽക്കുന്നവരാണ് ചുറ്റിലും. അത് മറക്കരുത്.

കാഞ്ചന നേരത്തിനും കാലത്തിനും നിനക്ക് വെച്ചുവിളമ്പിത്തരാറില്ലേ; അലക്കിത്തേച്ചു തരാറില്ലേ; നീ പടികടന്നുവരുമ്പോൾ വാതിൽക്കൽ നിന്നെ കാത്തുനിന്ന് സ്നേഹപ്രകടനങ്ങൾ നടത്താറില്ലേ...?

കാണാൻ കൊള്ളാവുന്നവളല്ലേ....?

നിന്റെ ഭാഷയിൽ ഇപ്പോൾ അവളൊരു മരക്കഷ്ണം. കുട്ടികളുണ്ടാവാ ത്തതിന്റെ കാരണക്കാരിയും കാഞ്ചന. ആലോചിച്ചു നോക്ക്. ശരിക്കും ആരാണ് മരക്കഷ്ണം?

എറണാകുളത്തു പോയി ചെക്കപ്പു നടത്താൻ നിനക്കെന്തിനായിരുന്നു മടി. കാശില്ലാഞ്ഞിട്ടു മാത്രമാണോ? അങ്ങനെയെങ്കിൽ അത്യാവശ്യത്തിന് കാശ് കൈയിലുള്ള സമയത്തും പോകാമായിരു ന്നല്ലോ!.

നീ നിന്നെപ്പറ്റി ഒന്നും ആലോചിക്കുന്നില്ല. ഒരു നീണ്ട ചാർട്ട് തന്നെ വേണമെങ്കിൽ അവൾക്ക് നിന്റെ പേരിലും ആരോപിക്കാം.

അതെങ്ങനെ, അവളൊരു പെണ്ണായിപ്പോയില്ലേ.

ബോണസ് പോയി, വേതനം പോയി, ലേ ഓഫ്, പവർകട്ട്, അവസാനം കമ്പനി ഒടുക്കത്തെ പൂട്ടലും പൂട്ടി.

എല്ലാറ്റിനും കാരണം കാഞ്ചനയുടെ ദുർമുഖം.

ഈ മുഖമായിരുന്നു ഒരുനാൾ നിന്റെ എല്ലാം. ഈ മുഖമായിരുന്നു നിന്റെ കണ്ണിനും കരളിനും കുളിർമ നൽകിയിരുന്നത്. ഈ മുഖത്തിന്റെ പാസ്പോർട്ട് സൈസ് ഫോട്ടോ ആയിരുന്നു നീ മണിപ്പേഴ്സിനുള്ളിൽ നിധിപോലെ സൂക്ഷിച്ചു വെച്ചിരുന്നത്.

തിരിച്ചറിവ് നഷ്ടമായിരിക്കുന്നു നിനക്ക്. അതങ്ങനെയേ വരൂ. സീരിയൽ കരച്ചിലിനും കോമഡികൾക്കുമിടയിൽ ഞെരിഞ്ഞമർന്നു പോയി നിന്റെ സാമാന്യബോധം.

സീരിയൽ കണ്ടുകണ്ട് നീ അതിലെ കഥാപാത്രമായിപ്പോയതാണ് ഏറെ സങ്കടം.

അല്ലായിരുന്നെങ്കിൽ നിന്നെ മാത്രം ഉള്ളിൽകൊണ്ടുനടക്കുന്ന കാഞ്ചനയെ സംശയിക്കുമായിരുന്നില്ല. പരമസാത്വികനായ രാമൻകുട്ടിമാ ഷെപ്പറ്റിപോലും നീ അപഖ്യാതി ഉണ്ടാക്കി. എല്ലാവരെയും സ്വന്തം കുട്ടികളെപ്പോലെ കാണുന്ന മാതൃകാഗുരുനാഥൻ. ജ്ഞാനി, മഹാത്യാഗി. വിനയവും വിവേകവുംകൊണ്ട് ഏവരുടെയും ആദരവു പിടിച്ചുപറ്റുന്ന വലിയ മനുഷ്യൻ. നീ കാഞ്ചനയെപ്പറ്റി എന്താണു വിചാരിക്കുന്നത്?

പെറ്റമ്മയെയും പൊന്നുപോലെ നോക്കിയ അച്ഛനെയും ത്യജിച്ച് നിന്റെ കൂടെ ഇറങ്ങിത്തിരിച്ച പെണ്ണാണവൾ. അത് നീ മറന്നു. അബുദാ ബിയിലെ എഞ്ചിനീയറുമായുള്ള ആലോചന ഏതാണ്ട് ഉറപ്പിക്കുമെ ന്നായപ്പോൾ ഉടുവസ്ത്രം പോലും മാറ്റാൻ നിൽക്കാതെ നിന്റെ കൂടെ ഓടിവന്നവളെക്കുറിച്ച് പറയാൻ പാടില്ലാത്തത് നീ പറഞ്ഞു. ചിന്തിക്കാൻ പാടില്ലാത്തതു നീ ചിന്തിച്ചു.

ഇതൊക്കെ നാട്ടുപ്പതിനായിരത്തിന്റെ കാതിൽ എങ്ങനെ എത്തുന്നു എന്ന്, അല്ലേ?

ഈ സമൂഹത്തിൽ തന്ന്യാടോ എല്ലാവരുടെയും താമസം.

അറിഞ്ഞതെല്ലാം ചില്ലിപ്പുറത്തിട്ട് ദുർഗന്ധമുണ്ടാക്കുന്നില്ല. മദ്യത്തിന്റെ ലഹരിയിൽ നിന്റെ ഓർമ്മശക്തിയും വിവേചനബുദ്ധിയും നശിച്ചു പോയതുകൊണ്ടാണ് ഇത്രയും വിസ്തരിക്കേണ്ടിവന്നത്.

ഈ കറിക്കത്തിയിൽ ജീവനൊടുക്കാൻ അവൾ തീരുമാനിച്ചെങ്കിൽ കുറ്റം പറയാനൊക്കുമോ?

ഇപ്പോൾ ഈയുള്ളവന് ഈ ബുദ്ധി തോന്നിയില്ലായിരുന്നെങ്കിൽ കാണാമായിരുന്നു. അഴിയെണ്ണുകയായിരിക്കും നീയിപ്പോൾ. കല്യാണം കഴിഞ്ഞ് കൊല്ലം പത്താവുന്നതിനു മുൻപ് ഭാര്യ എങ്ങനെ മരിച്ചാലും ഭർത്താവിന് കൊലക്കുറ്റത്തിനാണു കേസ്. നിന്റെ ദ്രോഹങ്ങൾക്കു പകൽപോലുള്ള തെളിവുകൾ കൂടിയുള്ളപ്പോൾ കാര്യം പറയാനുമില്ല.

ഹു മൂവ്ഡ് മൈ ചീസ് എന്ന ബുക്ക് വായിച്ചിട്ടുണ്ടോ നീ. സ്പെൻസർ ജോൺസൺ എഴുതിയത്. എവിടന്ന്? അക്ഷരവൈരിയല്ലേ. മലയാളത്തിൽ തർജമ വന്നിട്ടുണ്ട്. പറ്റുമെങ്കിൽ വായിക്കുക. മാറ്റങ്ങൾ അനിവാര്യമാ ണെന്നും അതിനോട് പൊരുത്തപ്പെടാനും ആസ്വദിക്കാനും ശീലിക്കണ മെന്നും അത് ഓർമ്മപ്പെടുത്തുന്നു. അതുപോലെ എത്രയെത്ര ബുക്കുകളുണ്ട്! എല്ലാം മനുഷ്യനെ നന്നാക്കാൻ. പ്രതിബന്ധങ്ങൾ തട്ടിത്തെറിപ്പിച്ച് വിജയത്തിന്റെ സോപാനത്തിലെത്തിക്കാൻ. ചില പേരുകൾ ഇതാ. നോട്ട് ചെയ്തോളൂ. (ഒന്ന്) *വിജയത്തിന് മുപ്പതു ദിവസം* (രണ്ട്) *വിജയത്തിന്റെ പടവുകൾ.* (മൂന്ന്) *നിങ്ങൾക്കും വിജയിക്കാം.* (നാല്) *ക്രിയാത്മകചിന്തകളും ജീവിത വിജയവും* (അഞ്ച്) *വിജയത്തിന്റെ രഹസ്യം.* (ആറ്) *വിജയത്തിലേക്കുള്ള തയ്യാറെടുപ്പ്.*

വെറുതെയിരിക്കുകയല്ലേ. ലൈബ്രറിയിൽ പോയി ഓരോന്നെടുത്തു വായിക്കാൻ തുടങ്ങുക.

ഇനിയും വഴിയുണ്ട്. കളർ സ്കെച്ച് പേനയുണ്ടോ ഇവിടെ? ഇല്ലെങ്കിൽ ഒരെണ്ണം വാങ്ങുക. കുറേ ക്വട്ടേഷനുകൾ പറയാം. ചാർട്ടിൽ വലുതായെ ഴുതി എപ്പോഴും കാണത്തക്കവിധത്തിൽ ചുവരിൽ ഒട്ടിക്കുക. (ഒന്ന്) കുറച്ചു സാമാന്യ ബുദ്ധി, കുറച്ചു ക്ഷമ, ഇത്രയുമുണ്ടെങ്കിൽ ഈ ഭൂമിയിലെ ജീവിതം എത്രയോ സുഖകരമാക്കാം– സോമർസെറ്റ്മോം (രണ്ട്) പ്രതികൂല സാഹചര്യങ്ങളോട് പൊരുതിനേടുന്ന വിജയമാണ് ഏറെ ആസ്വാദ്യകരം – ചൈനീസ് പഴമൊഴി. (മൂന്ന്) അരിശം അഗ്നിയാണ്, നാശം വരുത്തിയിട്ടേ കെട്ടടങ്ങൂ – ഗാന്ധിജി (നാല്)

ആയിരം പേരെ ആയിരം യുദ്ധങ്ങളിൽ ജയിക്കുന്നതിനേക്കാൾ സ്വയം ജയിക്കുന്നതാണ് മഹാവിജയം – ശ്രീബുദ്ധൻ (അഞ്ച്) വിഡ്ഢികളുടെ നിഘണ്ടുവിലെ വാക്കാണ് അസാധ്യം – നെപ്പോളിയൻ (ആറ്) ആനന്ദം അന്യന്റെ തോട്ടത്തിൽ വിളയുന്നതല്ല നമ്മുടെ അടുപ്പിൽ ഉണ്ടാകുന്ന താണ് – ജറാൾഡ് (ഏഴ്) സൂര്യപ്രകാശത്തിലേക്ക് മുഖം തിരിച്ചാൽ നിഴലുകൾ കണേണ്ടിവരില്ല – ഹെലൻ കെല്ലർ (എട്ട്) അഹംബോധ മുള്ളവർ സ്വയം അവസാനത്തവനായി മാറുന്നു. – എച്ച് ജി ബോൺ.

ഇത്തരം നൂറുനൂറെണ്ണമുണ്ട്. കിട്ടുമെങ്കിൽ എല്ലാം ശേഖരിക്കുക. ചുവരിൽ പതിക്കുക. ദിവസം രണ്ടുനേരം ഉണർന്നെണീക്കുമ്പോഴും ഉറങ്ങാൻ പോകുമ്പോഴും പതുക്കെ വായിക്കുക. പലവട്ടം ഉരുവിടുക.

ഏതുവഴിക്കായാലും നിന്നെ എനിക്കു നന്നാക്കിയെടുത്തേ പറ്റൂ. സഹകരിക്കണം. നേരം ഇരുളുകയാണ്. ആ തിരുമോന്ത കാണാനായി ഏറെ നേരമായി കാത്തിരിപ്പാണ്. വേഗം പ്രത്യക്ഷപ്പെട്ടാൽ ഉപകാരം . ബാക്കിയുള്ളോർക്ക് വേറെയും പണിയുണ്ട്. നിന്നെ ഒരുപാടു കാര്യങ്ങൾ ഓർമ്മപ്പെടുത്താനുണ്ട്. മറന്നുപോകുന്നതിനു മുൻപേ വന്നാൽ നിനക്കു നല്ലത്. നിന്റെ കുടുംബത്തിനു നല്ലത്. സമൂഹത്തിനും നാടിനും നല്ലത്.

നിന്നെ ലക്ഷണമൊത്ത ചെറുപ്പക്കാരനാക്കി മാറ്റിയിട്ടുവേണം എനിക്ക്.....

<h2 style="text-align:center">ആറ്</h2>

നടക്കുന്ന കാര്യം വല്ലതും പറയൂ.

സ്വർഗത്തിൽ സുഖമായി കഴിയേണ്ടുന്ന ആ പാവം പെണ്ണിനെ വീണ്ടും നരകത്തീയിൽ എടുത്തിട്ട് എരിച്ചുകളയാനാണ് നിങ്ങൾ തുനിയുന്നത്. വീണ്ടും കണ്ണീർപ്പുഴകൾ സൃഷ്ടിച്ച് അതിൽ നീന്തിത്തുടിച്ച് രസിക്കാനാണ് നിങ്ങൾ ശ്രമിക്കുന്നത്. ദുഷ്ടൻ. ചെടിപ്പുളവാക്കുന്ന സാന്ത്വനങ്ങളും സാരോപദേശങ്ങളുംകൊണ്ട് സ്വാഭാവിക പരിണാമത്തെ വഴി തിരിച്ചുവിടാനാണ് നിങ്ങൾ മോഹിക്കുന്നത്.

നിങ്ങളാണ് യഥാർത്ഥത്തിൽ അപഥസഞ്ചാരി. വിളിക്കാത്തിടത്ത് വലിഞ്ഞുകേറി സദ്യവിളമ്പുന്ന വിവരദോഷി. പ്രപഞ്ചം മുഴുവൻ തന്റെ ഉള്ളംകൈയിലാണെന്ന് വീമ്പിളക്കുന്ന വിഡ്ഢ്യാസുരൻ.

കാണാമല്ലോ നമുക്ക്.

എത്രനേരം നിങ്ങൾ രാജേന്ദ്രന്റെ മനംമാറ്റത്തിന് കാത്തുനിൽക്കും. ഇന്നയാൾ തിരിച്ചുവന്നില്ലെങ്കിലോ. ഷാപ്പിലോ പീടിക വരാന്തയിലോ റോഡ്സൈഡിലോ ആണ് ഇന്നത്തെ അന്തിയുറക്കമെഥിലോ....

ദൈവമേ.....

വാസ്തവത്തിൽ കഥാകാരൻ ഭയക്കുന്നുണ്ട്.

തന്റെ പദ്ധതികൾ പെരുമഴയിൽ മൺകട്ടപോലെ അലിഞ്ഞുപോകു മോ?

നാണക്കേട് ക്ഷണിച്ചുവരുത്തുകയാണോ?

"കാഞ്ചനേ...."

അയാൾ നീട്ടിവിളിച്ചു.

പാവം. അവൾക്ക് ഒന്നും മിണ്ടാൻ കഴിയുന്നില്ല. ഇത്രയും നേരം തൊണ്ടപൊട്ടിക്കരഞ്ഞ് ഇപ്പോൾ ഒന്നു തേങ്ങാൻ പോലുമുള്ള ശക്തിയില്ല.

അകത്ത് പേടിപ്പെടുത്തുന്ന നിശ്ശബ്ദത. ഒന്നെണീറ്റുപോയി ലൈറ്റിന്റെ സ്വിച്ചമർത്താൻ പോലുമുള്ള ഇച്ഛാശക്തി നശിച്ചിരിക്കുന്നു കാഞ്ചനയ്ക്ക്. ശരിയാണ്.

മനസ്സിനുള്ളിലെ കുറ്റാക്കുരിരുട്ട് അകറ്റാൻ എത്ര വാട്ട് ബൾബ് കത്തിച്ചുവെച്ചാലാണ് കഴിയുക?

ഭയപ്പെടേണ്ട കുട്ടീ. രാജേന്ദ്രനെ നിന്റെ പഴയ രാജേട്ടനായി മാറ്റിയെടുക്കാം. നിന്റെ സ്വപ്നത്തിലെ രാജകുമാരനായി തിരിച്ചുനൽകാം. ഞാനല്ലേ പറയുന്നത്.

കഥാകാരൻ എഴുന്നേറ്റു.

മുറിക്കകത്ത് കാഞ്ചന എന്തെടുക്കുകയാണ്!

കരഞ്ഞുകരഞ്ഞ് ഉറങ്ങിപ്പോയോ?

അകത്ത് കടന്നു.

എവിടെ? കാഞ്ചനയെവിടെ?

ഇത്രയും നേരം കാൽമുട്ടിൽ തലചായ്ച്ച് കണ്ണുതുടച്ചും മൂക്കു പിഴിച്ചും ഏങ്ങലടിച്ചുകൊണ്ടിരുന്ന കാഞ്ചനയെവിടെ?

ഈ ഇരുട്ടിൽ നീ എവിടെയൊളിച്ചു?

പിൻവാതിൽ തുറന്നുകിടപ്പുണ്ട്.

ഓ. കാറ്റിൽ താനെ തുറന്നുപോയതാണ്.

അത്രയ്ക്കു വിഡ്ഢിയല്ല നീ.

ഈയുള്ളവനെ ഇത്തിരിയെങ്കിലും വിലകൽപ്പിക്കാത്ത തന്നിഷ്ട ക്കാരിയല്ല നീ.

കതകിനിടയിലും കട്ടിലിനടിയിലും തപ്പിത്തടഞ്ഞു പരതുകയാണ് കഥാകാരൻ.

നീ എവിടെ? ഒന്നു മിണ്ടുകയെങ്കിലും ചെയ്യ്.

കാഞ്ചനേ.... കാഞ്ചനേ....

വീണ്ടും വീണ്ടും വിളിച്ചു.

ആ വിളിയിൽ ദൈന്യമുണ്ട്. കാര്യങ്ങൾ തന്റെ പിടിയിൽനിന്ന് അയഞ്ഞുപോവുകയാണോ എന്ന പരിഭ്രമമുണ്ട്.

കഥാകാരൻ വിയർക്കുകയാണ്.

"കാ...ഞ്ച...നേ....."

കാഞ്ചന വിളികേട്ടതേയില്ല.

പിന്നെയും പിന്നെയും ഇരുട്ടിൽ തപ്പിക്കൊണ്ടിരുന്നു, കഥാകാരൻ.

ആടുകേറാമല

ആകാശവാണിയിലെ വയലും വീടും പരിപാടിയിൽ ആടുവളർത്ത ലിന്റെ പ്രശ്നങ്ങളെയും സാധ്യതകളെയുംപറ്റിയുള്ള പ്രഭാഷണം അവസാനിക്കുമ്പോഴേക്കും പുത്തൻപുരയിൽ രാമകൃഷ്ണന്റെ മനസ്സിൽ ഒരു തീരുമാനം രൂപം കൊള്ളുകയും അത് അപ്പോൾതന്നെ തന്റെ പിതാവി നെ അറിയിക്കുകയും ചെയ്തു.

"ഒരു അയ്യായിരം അഡ്ജസ്റ്റ് ചെയ്ത് തരാൻ പറ്റെങ്കില് ഗോട്ട്ഫാം തൊടങ്ങാര്ന്നു....."

ഇതിന് പറയേണ്ട മറുപടി അച്ഛന്റെ നാക്കില് തികട്ടിവന്നെങ്കിലും ത്രിസന്ധ്യനേരമായതിനാൽ പുറത്തെടുത്തില്ല.

ഓരോ മാസവും അതും ഇതും പറഞ്ഞ് ആയിരവും രണ്ടായിരവും വാങ്ങിക്കൊണ്ടുപോകും. കഴിഞ്ഞമാസം പെൻഷൻവാങ്ങി വരുമ്പോ പടിക്കല് കാത്തു നിൽപ്പായിരുന്നു. ആംവെന്നോ കുംവെന്നോ മറ്റോ പറഞ്ഞ് മുഴുവൻ പിടിച്ചുപറിച്ച് കൊണ്ടുപോയി. ഒന്നുരണ്ടു ദിവസം ബാ ഗിൽ പൗഡറും സോപ്പുമെടുത്തു നടന്നു. മുട്ടുവേദനിക്കുന്നെന്നു പറഞ്ഞ് മൂന്നാംദിവസം മതിയാക്കി.

അലങ്കാരമത്സ്യങ്ങളെ പോറ്റി വിറ്റാൽ കൊമ്മാരി ഉണ്ടാക്കാൻ പറ്റുംന്ന് ഏതോ വീക്കിലിയിൽ വായിച്ചതിന്റെ പിറ്റേന്ന് അവൻ കുത്തിയിരിപ്പു തുടങ്ങി. അയ്യായിരം ആ വഴിക്ക് പോയിക്കിട്ടി. കുറെ ചുകപ്പും കറുപ്പും മീനുകൾ അഞ്ചാറുദിവസം തുള്ളിച്ചാടിക്കളിച്ചു. പിന്നെ ശ്വാസം കിട്ടാതെ ഒന്നൊന്നായി ചത്തു. കണ്ണാടിപ്പെട്ടികൾ പടിഞ്ഞാറ്റയിൽ പൊട്ടിപ്പൊ ളിഞ്ഞ് കിടപ്പുണ്ട്.

"ഗോട്ട്ഫാം, നല്ല ബിസിനസ്സാന്നാ റേഡിയോക്കാര് പറയ്ന്ന്.

സ്റ്റാർട്ടിങ്ങില്‍ രണ്ടാടുകൾ മതി. ശരിക്ക് നോക്കിയാ രണ്ടുമൂന്നുകൊല്ലം കൊണ്ട് പത്തമ്പതാടുകളുള്ള നല്ലൊരു ഗോട്ട്ഫാമാക്കി മാറ്റാം."

കണ്ണുമുറിയെ ഒന്നു കൊടുക്കാൻ കൈ തരിച്ചു വരുന്നുണ്ട് പിതാവിന്. തല്ലിയാൽ നന്നാവുന്ന പ്രായമല്ല ഇതെന്നോർത്ത് അനങ്ങാതിരുന്നു. തല്ലിയും ശാസിച്ചും പോറ്റിയ കാലമുണ്ടായിരുന്നു പണ്ട്. ഇന്ന് ആടുകൃഷിക്ക് ഒരുങ്ങിപ്പുറപ്പെട്ടിരിക്കുന്ന ഇവന്‍ ഒരു കുപ്പി പാലുപോലും നേരെചൊവ്വേ ഞേറ്റി നടക്കാൻ പറ്റില്ലായിരുന്നു അന്ന്. പൊതുവാളിന്റെ ചായപ്പീടികയിൽ പാല്‍ കൊണ്ടുകൊടുക്കാൻ അയച്ചാൽ പാതിയും തുളുമ്പിമറിയും. അല്ലെങ്കിൽ കുപ്പി വഴുതിവീണ് ഉടയും.

കുപ്പി കയ്യിലേൽപ്പിക്കുമ്പോൾത്തന്നെ ചന്തിക്ക് ഒരടിയും കൊടുക്കാ റുണ്ടായിരുന്നു. പാല്‍ മറിച്ചു കഴിഞ്ഞശേഷം തല്ലുകൊടുത്തിട്ടെന്തു കാര്യം? കളഞ്ഞ പാല്‍ തിരിച്ചുകിട്ടുമോ. പക്ഷേ, അടി മുൻകൂറായി കൊടു ത്തിട്ടുപോലും ഇവന്‍ നന്നായില്ല. കാര്യപ്രാപ്തി നേടിയില്ല.

ഇത്രയും അച്ചടക്കത്തോടെ വളർത്തി വലുതാക്കിയ കുട്ടി ഈ നാട്ടിലില്ല. ഇത്രയും ലാളന ഏറ്റുവാങ്ങിയ കുട്ടി ലോകത്തില്ല. അന്നൊക്കെ നട്ടദാരിദ്ര്യത്തിലാണ് കഴിഞ്ഞതെങ്കിലും ഇവന്റെ കാര്യത്തില്‍ മാത്രം ഒരു കുറവും വരുത്തിയിട്ടില്ല.

"തൃച്ഛംബരത്തുണ്ടോലും പൊൻതൊട്ടിൽ തൂക്കീറ്റ
നമ്മളെ വടക്കിനേല്‍ മരത്തൊട്ടില്‍ തൂക്കാലോ
തൃച്ഛംബരത്തുണ്ടോലും വല്യവട്ടളം പായസം
നമ്മളെ വടക്കിനേല്‍ മുത്താറി കാച്ചാലോ
ഇപ്പുള്ളി കോലോത്ത് തമ്പാൻ വളരുമ്പം
എന്റെ പടിഞ്ഞാറ്റീൽ അമ്പു വളർന്ന്
എന്റെ പടിഞ്ഞാറ്റീൽ അമ്പു വളർന്ന്.
പൊൻനൂലിൽ കങ്കത്തിൽ കിങ്ങിണി തീർക്കുമ്പം.
എൻമോന് ചന്തേന്ന് കരിനൂല്‍ വാങ്ങും ഞാൻ."

കുഞ്ഞായിരുന്നപ്പോൾ തോളില്‍ കിടത്തി മുറ്റത്തുടെ നടക്കുമ്പോൾ പുറത്തുതട്ടി പാടാറുള്ള താരാട്ടാണ്. ഇപ്പോഴും നാക്കിൻതുമ്പത്ത് തികട്ടി വരുന്നു.

ഇവന് വേണ്ടിയാണ് സർവതും ചെലവാക്കിയത്. ഇവനുവേണ്ടിയാണ് ജീവിച്ചത്. കൈ വളരുന്നോ കാല്‍ വളരുന്നോ എന്നു നോക്കി കാത്തിരു ന്നിട്ട് ഇപ്പോൾ....

എല്ലാം നഷ്ടക്കച്ചവടമായിപ്പോയി.

ഇപ്പോഴിതാ അയ്യായിരം കടലില്‍ കളയാൻ ചോദിക്കുന്നു. മൂന്നുനേരവും ഇവന്റെ അണ്ണാക്കില്‍ തീറ്റിക്കാൻ തന്നെ പെടുന്നപാട് ദൈവത്തിനേ അറിയൂ. വളർത്തി ആളാക്കാൻ ചെലവാക്കിയതിന്റെ എത്രയോ ഇരട്ടി വേണ്ടിവന്നിരിക്കുന്നു, വലുതായപ്പോൾ, പത്തു പൈസ അധ്വാനിച്ചുകൊണ്ടുവന്നിട്ടില്ല. ഇന്നത്തെ തീയതി വരെ.

"ഇത് നഷ്ടക്കച്ചോടാവുംന്ന് അച്ഛൻ വിചാരിക്കേവേണ്ട. ഞാനൊ

ജോയി എന്നയാളുടെ പേര് പ്രഭാകരൻ പരാമർശിക്കുകയുണ്ടായി. അദ്ദേഹത്തിന്റെ ഗോട്ട്ഫാം ലാഭകരമായി പ്രവർത്തിക്കുന്ന സ്ഥാപന മാണത്രെ!

രണ്ടുബസ്സിൽ കയറി, രണ്ടുമണിക്കൂർ യാത്ര ചെയ്താൽ ജോയിയുടെ നാട്ടിലെത്താം. ജോയിയുടെ ഗോട്ട്ഫാം നേരിട്ടുകണ്ട് എല്ലാ കാര്യങ്ങളും മനസ്സിലാക്കണം.

അഡ്വാൻസായി നൂറുറുപ്പിക വേണം. ബാക്കി നാലായിരത്തി ത്തൊള്ളായിരം വന്നിട്ട്....

അച്ഛൻ കണ്ണുപൂട്ടിയിരിപ്പായിരുന്നു.

"ഞാനിങ്ങനെ തന്നെ കഴിഞ്ഞാമതീന്നായിരിക്കും അച്ഛന്റെ വിചാരം."

രാമകൃഷ്ണൻ നെടുവീർപ്പിട്ടു. ആ നെടുവീർപ്പിന്റെ ശക്തിയിലെ ന്നോണം അച്ഛൻ കണ്ണുതുറന്നു.

ഇവനുവേണ്ടി ചെലവാക്കിയത് ബാങ്കിൽ നിക്ഷേപിച്ചിരുന്നെങ്കിൽ ഇപ്പോൾ കോടീശ്വരനായേനെ. ഒന്നാം ക്ലാസിലെത്തിയപ്പോൾ വാങ്ങി ക്കൊടുത്തതു മുതൽ കഴിഞ്ഞയാഴ്ച ഷർട്ടും മുണ്ടും വാങ്ങാൻ കൊടുത്ത കാശുവരെ കൂട്ടിനോക്കിയാൽ ബോധക്കേടുവരും. ബിസിനസ് ബിസിനസ്ന്ന് പറഞ്ഞ് മൊത്തമായി വാങ്ങാറുള്ള ആയിരങ്ങളും പതിനായിരങ്ങളും വേറെ.

അക്കൂട്ടത്തിൽ ഒരു നൂറു രൂപ. അതില്ലാഞ്ഞിട്ട് ഇവൻ പിച്ചപ്പാട്ടയെടു ക്കേണ്ട.

മടിക്കുത്തിൽ പാലുകാരന് കൊടുക്കാൻ വെച്ചിരുന്ന നൂറു രൂപ യെടുത്ത് നീട്ടി.

നൂറു രൂപ തട്ടിപ്പറിക്കുമ്പോൾ രാമകൃഷ്ണന്റെ മനസ്സിൽ നൂറായിരം പ്രതീക്ഷകൾ കടന്നുവന്നു.

നേരം പുലർന്നപ്പോൾ തന്നെ ബസ്സിൽ ചാടിക്കയറി. ബസ്സുകളിലെല്ലാം വൻ തിരക്കായിരുന്നു. ഇക്കണ്ട ജനങ്ങളെല്ലാം ഇന്നലത്തെ റേഡിയോ പ്രഭാഷണം കേട്ട് ഇലവത്തിങ്കൽ ജോയിയുടെ ഗോട്ട് ഫാം സന്ദർശിക്കാൻ ഒരുങ്ങിപ്പുറപ്പെട്ടവരായിരിക്കുമോ?

രാമകൃഷ്ണൻ അസ്വസ്ഥനായി.

മൂന്ന്

ആടുകച്ചവടത്തിൽ ദയനീയമായി പരാജയപ്പെട്ടു നിൽക്കുന്ന സമയത്താണ് ജോയിയുടെ അളിയൻ മത്തായി മഹാരാഷ്ട്രയിലെ മൻമാടു നിന്ന് പതിനയ്യായിരം രൂപയ്ക്ക് വാങ്ങി പാണ്ടിലോറിയിൽ പാലക്കാട്ടെത്തിച്ചുകൊടുക്കുന്നത്. ജോയി നേരിട്ടുപോയി നാട്ടിൽ കൊണ്ടുവന്നു. പതിനയ്യായിരം നാട്ടിലെത്തിയപ്പോൾ ഇരുപത്തയ്യായിര ത്തിന്റെ മുതലായി.

എന്നാലെന്ത്? ഉശിരൻ ഉരുപ്പടിയായിരുന്നു. ആനക്കുട്ടിയുടെ കരുത്ത്. അഞ്ചെട്ടുകിലോ പച്ചപ്പുല്ല് ഒറ്റയടിക്ക് അകത്താക്കും, പ്ലാവിലയും

മുരിക്കിലയും വേറെ. കടലപ്പിണ്ണാക്കിനോടാണ് കമ്പം ജാസ്തി. ഫാമി ലുണ്ടായിരുന്ന ഇരുപതോളം മലബാറി പെണ്ണാടുകളുമായി ഇടതടവി ല്ലാതെ ഇണ ചേർന്നിട്ടും എടുപ്പിന് ഇടിച്ചിലൊന്നും പറ്റിയില്ല.

ഇന്ന് ജോയിയുടെ ആട്ടിൻകൂട്ടിൽ മല-ബോയർ സങ്കരയിനം ആടുകളുടെ അഞ്ചാമത്തെയോ ആറാമത്തെയോ തലമുറ വരെയായി. ഇപ്പോൾ പത്തിരുന്നൂറ് എണ്ണം കാണും. മുട്ടനാടുകൾക്ക്, തള്ളയാടു കൾക്ക്, കുഞ്ഞാടുകൾക്ക്, പ്രസവിച്ചവയ്ക്ക്, രോഗം ബാധിച്ചവയ്ക്ക്, ചെനയുള്ളവയ്ക്ക് എന്നിങ്ങനെ വെവ്വേറെ കൂടുകളിലായിട്ടാണ് അവറ്റകളെ പോറ്റുന്നത്.

ആറുമാസമായി മല-ബോയർ ഒന്നിന് അയ്യായിരമാണത്രെ വില !

ഇപ്പോൾ ഇലവത്തിങ്കൽ ജോയിക്ക് രണ്ട് കാറുകളും ഒരു ജീപ്പുമുണ്ട്. തീറ്റയിറക്കാനാണ് ജീപ്പിന്റെ പ്രധാന ഉപയോഗം. മൊബൈലുള്ളതു കൊണ്ട് നിന്ന നിൽപ്പിൽ നിന്ന് അനങ്ങാതെ തന്നെ ബിസിനസ് നടത്താൻ കഴിയുന്നു. മക്കളെ ടൗണിലുള്ള വിലകൂടിയ സ്കൂളിൽ ചേർത്ത് പഠിപ്പിക്കുന്നു. ഭാര്യ ലിൻസിക്ക് ഒരു എക്സിബിഷൻ നടത്താൻ മാത്രം വൈവിധ്യമുള്ള നെക്ലയ്സുകളുടെ ശേഖരമുണ്ട്. ഭാര്യവീടിനോട്ചേർന്ന് ഇരുപതേക്കർ റബ്ബർതോട്ടം വിലക്കുവാങ്ങിയത് ഈയിടെയാണ്. പല വലിയ കമ്പനികളിലും സാമാന്യം മോശമല്ലാത്ത ഷെയറുകളെടുത്തിട്ടുണ്ട്. നാഷണൽ ഹൈവേക്ക് തൊട്ട് കോൺക്രീറ്റ് മാളികയുടെ നിർമാണം പുരോഗമിക്കുന്നു. അങ്ങനെയൊക്കെയാണ് കേൾവി...

"ജോയിച്ചാ, അവസാനമായി ഒരു സംശയം. ചെനയെടുക്കാതെ ആടിനെയുണ്ടാക്കാൻ പറ്റുമന്ന് ഈനെടക്ക് പേപ്പറില് വായിച്ചല്ലോ? നമ്മള് ചെമ്പരത്തിച്ചെടീന്റെറ്യാക്കെ കമ്പ് മുറിച്ച് നടുമ്പോലത്തെ ഒരേർപ്പാട്....?"

"ക്ലോണിങ്ങിലൂടെ ഇപ്പൊ അങ്ങനത്തെ പല പരിപാടീം നടക്ക്ന്ന്ട്. സ്കോട്ല്ൻറില ആദ്യം നടന്നത്. അവൻമാര് നല്ലൊരു ചെമ്മരിയാടിനെ ഉണ്ടാക്കി 'ഡോളി'. ഇപ്പഴ് അതിനും ഒരു കുഞ്ഞുണ്ടായി പേര് ബോണി."

"നമ്മടെ നാട്ടിലും ആ ഏർപ്പാട് തുടങ്ങാൻ പറ്റ്യാല് കുശാലായിരിക്കും. ജോയിച്ചനൊക്കെ കോടീശ്വരനാവും." ജോയി ചിരിച്ചു.

കൂടുകളിൽ നിന്ന ആടുകളുടെ കരച്ചിൽ. അത് മധുരസംഗീതമായി രാമകൃഷ്ണന്റെ കാതുകളിൽ എത്തി. അങ്ങാടിവാണിഭമറിയാതെ ആടുകൾ പിന്നെയും പിന്നെയും മധുരമായി കരഞ്ഞുകൊണ്ടിരുന്നു.

<h2 style="text-align:center">നാല്</h2>

"അയ്യായിരം മതിയാവുല."

തിരിച്ചെത്തിയപാടെ രാമകൃഷ്ണൻ അച്ഛനോട് പറഞ്ഞു. എത്ര കിട്ടിയാലാണാവോ ഏമാന് മതിയാവുക എന്ന് തിരിച്ചുചോദിച്ചില്ല. ഒന്നും അങ്ങോട്ടു ചോദിക്കണമെന്നില്ല. തത്തപറയുമ്പോലെ എല്ലാം പറഞ്ഞു കൊള്ളും.

"ജോയിച്ചന് അൻപതിനായിരമാ മൊടക്ക്മൊതല്, അതും അഞ്ചാറ്
കൊല്ലം മുമ്പ്. അത്രക്കങ്ങട്ട് പോണ്ടെങ്കിലും അതിന്റെ പകുതിയെങ്കിലും
കിട്ട്യാ ഒരു വിധം നല്ല ഗോട്ട്ഫാം ഉണ്ടാക്കാം."

"സംഘടിപ്പിച്ച്തരാൻ പറ്റോ ഒരു ഇരുപത്തഞ്ച്."

ഇരുപത്തയ്യായിരം ഉറുപ്പിക! ഇരുപത്തഞ്ച് പൈസയല്ലേ എടുത്തു
തരാൻ.

""അച്ഛനെന്താ ഒന്നും മിണ്ടാത്തെ. ഞാനിങ്ങനെ തേരാപാര
നടക്കുന്നതു കാണുമ്പം അച്ഛന് ഒരു വിഷമുല്ലാ?... ഒരുപതിനഞ്ചെങ്കിലും
അച്ഛൻ ഒപ്പിച്ച് തന്നേ പറ്റൂ. ബാക്കി ഞാനെങ്ങനെയെങ്കിലും
ഉണ്ടാക്കിക്കൊള്ളാം.

ഹാവൂ രക്ഷപ്പെട്ടു! പത്ത് കുറഞ്ഞുകിട്ടി. ബാക്കി ഉണ്ടാക്കുമ്പോലും.
പത്തുറുപ്പിക ഇവൻ നയിച്ചുണ്ടാക്കിയിട്ടുണ്ടെങ്കിൽ അന്ന് കാക്ക മലർന്നു
പറക്കും.

"അച്ഛൻ ജോയിച്ചന്റെ ഫാമൊന്നു കാണണം. അതിശയപ്പെട്ടു
പോകും. കൊറച്ചു മൊടക്കുമൊതലും കൊറച്ചു മെനക്കേടും. ലക്ഷ
പ്രഭുവാകാൻ അത്രയേ പണിയുള്ളു. ഒരു പത്തെങ്കിലും തന്നേ പറ്റൂ."

താഴുന്നുണ്ട്. ഇനിയും താഴും. താണുതാണ് എവിടെയെങ്കിലും
നിൽക്കും. അതുവരെ നോക്കാം.

"അച്ഛന്റ്ത്തില്ലെങ്കില് ബാങ്ന്ന് ലോണെടുത്തെങ്കിലും താ. ഞാൻ
വീട്ടിക്കൊള്ളാം."

വീട്ടിക്കൊള്ളാം! ചിരിക്കാതിരിക്കാൻ വയ്യ!

എത്ര ലോണെടുത്താലും മാസാമാസം വീട്ടാൻ ഇവന്റെ അച്ഛൻ എന്നു
വിളിക്കുന്ന ഇയാളല്ലാതെ വേറൊരുത്തൻ ലോകത്തില്ല. കാലം
കുറച്ചായില്ലേ മകനേ നിന്നെ കാണുന്നു!. കൊല്ലക്കുടിലിൽ സൂചി
വിൽക്കാൻ നോക്കല്ലേ...

"തരുന്ന്പറ ഇല്ലേങ്കില് ഇല്ലാന്ന് പറ. പത്തില്ലാതെ ഒന്നും നടക്കില്ല.
അച്ഛന് ബുദ്ധിമുട്ടാണെങ്കിൽ തരണ്ട. ഞാനിവിടെ തന്നെ തെക്കും
വടക്കും നടന്ന് നേരം കയ്ചോളാം."

പറമ്പിലവിടവിടയായി പത്തും നൂറും കുഴിച്ചിട്ടിട്ടുണ്ട്. ഇപ്പം മുളയ്ക്കും.
പെട്ടെന്ന് മരമാകും. മരത്തിൽ കായ വന്നാൽ നമുക്ക് ഇഷ്ടംപോലെ
പറിച്ചെടുക്കാം.

"അച്ഛൻ വാതുറന്ന് എന്തെങ്കിലും മിണ്ട്."

ഹമ്മോ അഞ്ചിലെത്തി. അൽപ്പം കൂടി കാക്കാം.

"ജോയിച്ചന്റെ സൗഭാഗ്യോന്നും നമ്മക്ക് വേണ്ടപ്പാ. എന്നാലും
ആണുങ്ങളെപ്പോലെ ഉടുത്തൊരുങ്ങി നടക്കാൻ നമ്മക്കും ഉണ്ടാവുലെ
ആശ. കാറും ജീപ്പൊന്നും വേണ്ട. ഒരു ബൈക്കെങ്കിലും വാങ്ങാൻ
കഴിഞ്ഞാൽ.... അതത്ര മോശം കാര്യാ?"

"കുറെ കൊണ്ടുപോയി കളഞ്ഞിറ്റ്ണ്ട്. നേരന്ന്യാ. അതെല്ലാം സമയം
ശരിയല്ലാത്തോണ്ട്. ഇപ്പം എനിക്ക് മനസ്സില് തോന്ന്ണ്ട്, എല്ലാം

ശരിയാവും."

അച്ഛൻ എപ്പോഴുമെന്നപോലെ കണ്ണ് പൂട്ടിയിരുന്നു. പറഞ്ഞുപറഞ്ഞ് എത്രവരെ താഴുമെന്ന് നോക്കട്ടെ!.

"എനിക്കാരുല്ലെന്ന് കർതി സമാധാനിച്ചോളാം."

രാമകൃഷ്ണൻ എഴുന്നേറ്റു ഒരു നെടുവീർപ്പിനുശേഷം തലയും കുമ്പിട്ട് മുറ്റത്തിറങ്ങി. പതുക്കെ നടന്ന് പടിയിറങ്ങി.

ചെമ്മീൻ തുള്ളിയാൽ മുട്ടോളമെന്ന് അച്ഛനറിയാം. ഇനിയും പരീക്ഷിക്കേണ്ട. ഒന്നുകിൽ നന്നാവട്ടെ, അല്ലെങ്കിൽ നശിക്കട്ടെ.

കൈകൊട്ടി.

കൈകൊട്ടുമെന്ന് രാമകൃഷ്ണനറിയാം. കാതോർത്ത് നടക്കുകയായി രുന്നു. സന്തോഷത്തോടെ തിരിച്ചുവന്നു.

അച്ഛൻ പെട്ടിതുറന്ന് അയ്യായിരത്തിന്റെ നോട്ടുകൾ എടുത്ത് കയ്യിലേൽപ്പിച്ചു.

പിന്നെ ഒന്നും മിണ്ടാതെ കസാരയിൽ ചെന്ന് കണ്ണുപൂട്ടിക്കിടന്നു.

"അച്ഛൻ വിഷമിക്കേണ്ട. ഇത് പലിശയടക്കം ഞാൻ തിരിച്ചുതരും ഉറപ്പാ."

പലിശയൊന്നും പ്രതീക്ഷിക്കുന്നില്ല മകനേ. സ്വന്തമായി അധ്വാനിച്ച് ഒരു കിലോ അരി കൊണ്ടുത്തന്നാൽ മതി. അത്രയും ഉപകാരം.

അയ്യായിരം ചുരുട്ടി കീശയിലിട്ടശേഷം യുദ്ധത്തിൽ ജയിച്ച സംതൃപ്തിയോടെ രാമകൃഷ്ണൻ കണ്ടിയിറങ്ങിപ്പോയി.

<h2 align="center">അഞ്ച്</h2>

ഉച്ചയോടെ ആടുകളുടെ കരച്ചിൽ കണ്ടികയറിവന്നു. കയറുകൾ മുറുകെ പിടിച്ച് അഭിമാനത്തോടെ നെഞ്ചുയർത്തി രാമകൃഷ്ണൻ.

രണ്ടാടുകളുണ്ടായിരുന്നു. ഒന്നു കറുപ്പും മറ്റേത് വെളുപ്പും.

കറുമ്പാ.... വെളുമ്പീ.

രാമകൃഷ്ണൻ പലവട്ടം ഓമനിച്ച് വിളിച്ചു. പേര് പഠിക്കാൻ നോക്കി. രക്ഷയില്ല. അവ ഒരേ ഈണത്തിൽ കരഞ്ഞുകൊണ്ടിരുന്നു.

ആടുകളെ തെങ്ങിനോട് കെട്ടിയശേഷം അടുത്ത വീട്ടിലെ അനീഷി നെ നീട്ടി വിളിച്ചു.

അനീഷ് ഉത്സാഹിയാണ്. ഒരാവശ്യം വന്നാൽ വിളിപ്പുറത്തുണ്ടാവും.

ജോയിച്ചൻ വിസിറ്റിങ് കാർഡിനോടൊപ്പം ശ്രദ്ധിക്കേണ്ടുന്ന കുറെ കാര്യങ്ങൾ ലിസ്റ്റ്ചെയ്ത് ലെറ്റർപാഡിൽ എഴുതിത്തന്നിരുന്നു. അതിലൊന്ന്.

ഒരുമാസത്തേക്ക്
കടലപ്പിണ്ണാക്ക് – 20 കിലോ
തേങ്ങാപ്പിണ്ണാക്ക് – 20 കിലോ
എള്ളിൻപിണ്ണാക്ക് – 20 കിലോ
അരിത്തവിട് – 5 കിലോ

ഉപ്പ് – 1 പാക്കറ്റ്.

"ഹംസുക്കാന്റെ പീടയേപ്പോയി ഇതെല്ലാം വാങ്ങീറ്റ് വരണം. പൈസ ഞാൻ പിന്നെ കൊടുത്തോളാം. വരുമ്പം ഓട്ടോ പിടിച്ചോ. പൊതുവാളിന്റെ ഹോട്ടല്ന്ന് നീയൊരു മസാലദോശ കയ്ച്ചോ."

അനീഷിന് പതിനഞ്ചുറുപ്പിക കിട്ടി.

അവൻ ലിസ്റ്റും ചാക്കുമായി പോയി.

"കല്യാണ്യേട്ത്ത്യേ...."

രാമകൃഷ്ണൻ ഉറകെ നീട്ടി വിളിച്ചു.

അനീഷിന്റെ അമ്മയാണ്. മറ്റുള്ളോർക്ക് ആപത്തുവരുമ്പം ഓടിയെ ത്തും. ഉപകാരിയാണ്.

"ഞാൻ രണ്ടാട്ടനെ വാങ്ങീറ്റ്ണ്ട്. കാണണ്ടേ. വരുമ്പം നിങ്ങടെ പറമ്പ്ന്ന് ലേശം പ്ലാവില പൊട്ടിച്ച് എടുത്തോ."

അപ്പോഴേക്കും ഗുഡ്സ് ഓട്ടോയിൽ മരവും ആശാരിയും എത്തി.

"ന്ങ്ങ ഇപ്പെ വന്നിറ്റ്ല്ലേങ്കില് ഞാൻ നാണ്വാശാരീന്റ്ത്ത് പോകാനിരി ക്ക്യാർന്നു. രാത്രിയിൽ ഈറ്റ്യെ വെറും നെലത്ത് കെടത്താൻ പറ്റ്യോ?"

"ഇപ്പോൾത്തെ മഞ്ഞെന്തൊരു മഞ്ഞാ."

ആശാരി തട്ടലും മുട്ടലും തുടങ്ങി.

താമസിയാതെ ചുവരോടടുപ്പിച്ച് നല്ല രണ്ടു കൂടുകൾ ഒരുങ്ങി.

"പൈസ നാളെ കാല്ത്ത് ഞാനങ്ങോട്ടെത്തിക്കാം."

ആശാരി പോയി.

അനീഷും കല്യാണേടത്തിയും ആടുകൾക്കുള്ള തീറ്റയുമായി എത്തി.

ആർത്തിപണ്ടാരങ്ങൾ എല്ലാം ഒറ്റയടിക്ക് തിന്നു.

ഓരോ ബക്കറ്റ് വെള്ളവും കുടിച്ചു.

ഇനി സമാധാനമായി ഉറങ്ങണം.

രാമകൃഷ്ണൻ നടുനിവർത്തി.

കൺപോളകൾക്ക് കനംവന്നു. കിടന്നതേയുള്ളൂ ആടുകൾ കരയുന്നു.

സുഖകരമായ കരച്ചിൽ കുറച്ചുനേരമുണ്ടാകും.

പിന്നെ അവറ്റകൾ താനെ ഉറങ്ങിക്കൊള്ളും.

പക്ഷേ, കരച്ചിൽ പെരുകി വന്നു.

രാമകൃഷ്ണൻ തിരിഞ്ഞും മറിഞ്ഞും കിടന്നു.

ഇവറ്റകളുടെ സ്വഭാവം ഇങ്ങനെയാണോ?

ബാക്കിയുള്ളവരെ സൈ്വരമായി ഉറങ്ങാൻ സമ്മതിക്കില്ലേ എഴുന്നേറ്റു.

ജോയിച്ചൻ ലെറ്റർപാഡിൽ എഴുതിത്തന്ന കുറിപ്പടി പരതി.

1. ഒരു ദിവസം മൂന്നുകിലോ പച്ചിലയും ഒരു കിലോ പിണ്ണാക്കു മിശ്രിതവും കൊടുക്കണം.

2. ചുരുങ്ങിയത് രണ്ട് ലിറ്റർ ശുദ്ധജലം കൊടുക്കണം.

3. കൂട് തറയിൽ നിന്ന് നാലടി പൊക്കത്തിലായിരിക്കണം.

4. രണ്ടുമാസം പ്രായമായാൽ ആണിനെയും പെണ്ണിനെയും ഒരു കൂട്ടിലിടരുത്.

5. പതിനഞ്ച് മാസം പ്രായമായാൽ മാത്രമേ ഇണ ചേരാൻ
    അനുവദിക്കാവു.

എല്ലാം കൃത്യമായി പാലിച്ചിട്ടുണ്ട്. എന്നിട്ടും കരയുന്നു. ജോയിച്ചൻ എഴു
തിത്തന്നതിലും വാക്കാൽ പറഞ്ഞതിലും കരച്ചിലിനുള്ള പ്രതിവിധിയില്ല.

ഈശ്വരാ ഇനിയുള്ള ഓരോ രാത്രിയും തനിക്ക് ശിവരാത്രിയാ
യിരിക്കുമോ? ജോയിച്ചന്റെ വിസിറ്റിങ് കാർഡുമായി റോഡിനുപോയി
കോയിൻ ബോക്സിൽ നാണയമിട്ടു വിളിച്ചു. നാണയങ്ങൾ നാല
ഞ്ചെണ്ണം ചെലവായി. പാതിരാത്രിയിൽ വിളിച്ചുണർത്തിയതിൽ
ജോയിച്ചൻ ആദ്യം കുറെ കലമ്പി. പിന്നെ പ്രതിവിധി പറഞ്ഞു
കൊടുത്തു.

അതുപ്രകാരം,
പ്ലാവില വീണ്ടുമിട്ടുകൊടുത്തു.
പിണ്ണാക്ക് വീണ്ടും കലക്കികൊടുത്തു!
മൂന്നുനാലു ബക്കറ്റുകളിലായി വെള്ളം മുന്നിൽ വെച്ചുകൊടുത്തു.

കരയുമ്പോൾ വായിൽ തുണിക്കഷണം കുത്തിക്കയറ്റണമെന്നോ,
കേൾക്കുന്നവന്റെ ചെവിയിൽ പഞ്ഞിക്കഷണം കുത്തിത്തിരുകണമെന്നോ
ഈ ജോയിച്ചൻ പറയുന്നില്ലല്ലോ. നാശം പുറത്ത് കരച്ചിലിന്റെ മത്സരം
നടക്കുകയാണ്.

രാമകൃഷ്ണൻ ഉറങ്ങാതെ നേരം വെളുപ്പിച്ചു.
കാലത്ത് എഴുന്നേൽക്കുമ്പോഴേക്കും രാമകൃഷ്ണൻ ഒരു തീരുമാനമെ
ടുത്തു കഴിഞ്ഞിരുന്നു.

മറ്റൊന്നും ആലോചിക്കാനുണ്ടായിരുന്നില്ല.
അറവുകാരൻ അശ്രഫിനെ വരുത്തി.
അശ്രഫിന്റെ കയ്യിൽ കയർ കൊടുത്തപ്പോൾ ആടുകൾ താനെ
കരച്ചിൽ നിർത്തി. സന്തോഷത്തോടെ അവ അശ്രഫിനോടൊപ്പം
കണ്ടിയിറങ്ങിപ്പോയി.

രണ്ടായിരത്തി അഞ്ഞൂറ് കിട്ടി.
ആശാരിക്ക് കൊടുക്കാനുണ്ട് ഹംസുക്കയുടെ കടയിൽ കൊടുക്കാ
നുണ്ട്.

ബാക്കി?
പിണ്ണാക്കുമാത്രം.
അച്ഛൻ എല്ലാം കണ്ടുകൊണ്ടു നിന്നു. ഒന്നും മിണ്ടിയില്ല. മനസ്സിൽ
പറഞ്ഞു.

നമ്മൾ തുല്യദുഃഖിതരാണ് മകനേ.
നേരത്തേ പഞ്ചായത്തുകാർ ഓരോ വീട്ടിലും കൊണ്ടുകൊടുത്ത
നോട്ടീസ് പരതിയെടുത്ത് നിവർത്തി അതിന്റെ തലവാചകം വായിക്കു
കയായിരുന്നു രാമകൃഷ്ണൻ.

മൾബറി കൃഷി നടത്തൂ. പട്ടുനൂൽപ്പുഴുക്കളെ വളർത്തൂ....

വിഗ്രഹമോഷ്ടാക്കൾ

ഒന്ന്

ഒടുവിൽ ജഗദീശ്വരൻ കണ്ണുതുറന്നു. കാത്തിരിപ്പിന് വിരാമം. കണ്ണുകൾ പരതിയെടുക്കുകയായിരുന്നു. എവിടെയോ നേർത്ത ചലനം കണ്ട് സൂക്ഷിച്ചുനോക്കിയപ്പോൾ ഊഹിച്ചു.

അത് കണ്ണുകൾ തന്നെ.

സ്ഥാനം തെറ്റിയിരുന്നു. തലയും ഉടലും വേർതിരിച്ചറിയാൻ പ്രയാസം. അവയവങ്ങളെല്ലാം ഉരുകിത്തീർന്നിരുന്നു. കൈകാലുകൾ ഒടിഞ്ഞുതൂങ്ങി ക്കിടക്കുന്നു.

കരുവാളിച്ച മാംസക്കഷണത്തെ ആർത്തിയോടെ നക്കിത്തുടയ്ക്കുക യായിരുന്നു മരണം. ചലനം നേർത്തുനേർത്ത് ഇല്ലാതായി. ശ്വാസം നിലച്ചു. ഇറങ്ങിപ്പോയ ജീവൻ ഇനിയും ഇഴഞ്ഞെത്തുകയില്ലെന്ന് എല്ലാവരും വിധിയെഴുതി.

ചടങ്ങുകളെക്കുറിച്ച് മാത്രമായിരുന്നു ആധി.

എത്രനേരം കാവൽ കിടക്കണം?

പോലീസും പോസ്റ്റുമോർട്ടവും ഒരുവശത്ത്. കഴുത്തുഞെക്കാൻ ഓങ്ങുന്ന പ്രേതത്തിന്റെ അദൃശ്യകരങ്ങൾ മറുവശത്ത്.

മാത്രമല്ല, കത്തിക്കരിഞ്ഞ് ശിഷ്ടംവന്ന കഷണത്തെ ആചാരപൂർവം ദഹിപ്പിക്കേണ്ടേ?

കർമ്മങ്ങൾ ചെയ്യാൻ രക്തബന്ധമുള്ള ആരെയെങ്കിലും തേടിപ്പിടിക്കേ ണ്ടേ?

ആശങ്കകൾകൊണ്ട് വീർപ്പുമുട്ടുകയായിരുന്നു.

ഇപ്പോഴിതാ എല്ലാറ്റിനും പരിഹാരമായിരിക്കുന്നു. ജഗദീശ്വരൻ

അല്പം കൂടി സമയം അനുവദിച്ചിരിക്കുന്നു.

ആശുപത്രിക്കാരുടെ അവസാന വാക്കിന് കാതോർത്ത് നിന്നവരുടെ കണ്ണുതള്ളിച്ചു കൊണ്ട് ജഗദീശ്വരൻ കണ്ണു തുറന്നിരിക്കുന്നു.

മരണത്തിന്റെ കരുത്തുറ്റ കൈകളിൽനിന്ന് നിമിഷനേരത്തേക്കെങ്കിലും വഴുതിത്തെറിച്ചിരിക്കുന്നു.

സകലമാന ദൈവങ്ങളുടെയും പേരുവിളിച്ചതിന് ഫലം.

കൈയും കാലുമില്ലെങ്കിൽ വേണ്ട, കണ്ണും കാതുമില്ലെങ്കിൽ വേണ്ട, ഏതെങ്കിലും ഒരു കോണിൽ ലേശം ജീവൻ....

ദീർഘായുസ്സ് നൽകിയില്ലെങ്കിലും വേണ്ട, സ്വബോധത്തോടെ അല്പം നിമിഷങ്ങൾ.

അത്രയെങ്കിലും മതി.

മുൾമുനയിൽ കാത്തുകെട്ടിനിന്നതിന് അറുതിയുണ്ടായിരിക്കുന്നു.

വാസ്തവത്തിൽ ഈ മനുഷ്യന്റെ പുനർജന്മത്തിൽ സമാധാനിക്കുന്ന തെന്തിന്?

രക്തബന്ധത്തിന്റെയോ സ്നേഹബന്ധത്തിന്റെയോ ബാധ്യത ആർക്കുമില്ല. നിറജീവനോടിരിക്കുന്ന കാലത്ത് ബദ്ധശത്രുക്കളെപ്പോലെ പെരുമാറിയതിന് തെളിവുകൾ ഏറെയുണ്ടുതാനും.

എന്നിട്ടും രണ്ടിലൊന്നറിയാൻ എല്ലാവരും തിടുക്കപ്പെട്ടു. രാപകൽ കൂടെ നിൽക്കാനും ആശുപത്രിച്ചെലവ് ഏറ്റെടുക്കാനും മത്സരമുണ്ടായി.

"ജഗദീശ്വരാ ഒന്നുടെം കണ്ണു തുറക്ക്..."

ചെവിയിലിറങ്ങി വെടിപൊട്ടിക്കുന്ന ഒച്ചയിൽ കണ്ണൻമേസ്ത്രി പറയുകയാണ്.

വെന്തുകരിഞ്ഞ മുഖത്തേക്ക് ഒരു നോട്ടം പായിക്കാൻ പോലും എല്ലാവർക്കും പ്രയാസമുണ്ടെങ്കിലും മേസ്ത്രി വിരലുകൾകൊണ്ട് ജഗദീശ്വരന്റെ കൺപോളകൾ വിടർത്തി. മാംസം അടർന്നുപോയ മുഖത്ത് പതുക്കെ തടവി.

നഴ്സുവന്ന് കൈക്കുപിടിച്ചില്ലായെങ്കിൽ അയാൾ ആ മാംസപിണ്ഡത്തെ വാരിയെടുത്ത് മുത്തം കൊടുക്കുമായിരുന്നു.

"അറിഞ്ഞോ അറിയാതെയോ ചെയ്തുപോയ തെറ്റുകൾ പൊറു ക്കണം ജഗദീശ്വരാ."

തൊഴുകൈയോടെ ഗോവിന്ദൻകുട്ടി പറയുകയാണ്. ശബ്ദത്തിന് ഇടർച്ചയുണ്ട്. ഒരു കള്ളനെപ്പോലെ ഒളിഞ്ഞും പതുങ്ങിയുമായിരുന്നു ഇത്രയും നേരം അയാളുടെ നില്പ്.

ജഗദീശ്വരൻ ഇനിയും കണ്ണു തുറന്നാൽ ആദ്യം നോട്ടമെറിയുന്നത് ആരുടെ നേർക്കായിരിക്കും എന്നറിയാനാണ് ഇപ്പോൾ വെളിച്ചത്ത് പ്രത്യക്ഷപ്പെട്ടത്.

"പ്രായശ്ചിത്തം എന്തു വേണമെങ്കിലും ചെയ്യാം."

ഭൂമി കറങ്ങുന്നത് സ്വന്തം കണ്ണുകൊണ്ട് കാണുകയായിരുന്നു ഗോവിന്ദൻകുട്ടി. ആരുടെയോ മുതുകിൽ കയറിപ്പിടിച്ചു.

"നീ ബേജാറാകണ്ട ഗോയ്നങ്കുട്ട്യേ... എല്ലാം നമ്മുടെ വരുതിക്കപ്പുറ
ത്താണ്. ഓരോ മറിമായം.... നിനച്ചിരിക്കാതെ സംഭവിക്കല്ലേ..."

കണ്ണൻമേസ്ത്രി ഗോവിന്ദൻകുട്ടിയെ താങ്ങി സ്റ്റൂളിലിരുത്തി.
ഫ്ളാസ്കിൽനിന്ന് കാപ്പി ഒഴിച്ചുകൊടുത്തു.

"ഒരു കണക്കിന് പ്രായശ്ചിത്തം നമ്മള് ചെയ്തിട്ടെന്തു കാര്യം.
നമ്മളായിട്ട് ഒന്നും വരുത്തിയതല്ലല്ലോ. നടക്കേണ്ടത് അതിന്റെ വഴിക്ക്
നടക്കുന്നു. അത്രതന്നെ."

മേസ്ത്രി പറയുകയാണ്.

ഗോവിന്ദൻകുട്ടി അർദ്ധബോധാവസ്ഥയിൽ എന്തൊക്കെയോ പിച്ചും
പേയും പുലമ്പുകയാണ്. എത്ര പ്രാവശ്യം തലകറങ്ങി വീണു! ഓരോ
വീഴ്ചയിലും ഇനി ഒരിക്കലും എഴുന്നേൽക്കാൻ സാധിക്കരുതേ എന്നുവ
രെയായിരുന്നു പാവത്തിന്റെ പ്രാർഥന.

ഗോവിന്ദൻകുട്ടിയെ ഈ അവസ്ഥയിൽ ഇന്നേവരെ ആരും കണ്ടിട്ടില്ല.

"ഇങ്ങോട്ട് നോക്ക് ഗോയ്നങ്കുട്ട്യേ. വെടിയുണ്ട നെഞ്ചിലേറ്റിയല്ലേ
ഞാൻ ജീവിക്കുന്നത്. എന്നാലങ്ങനത്തെ വിഷമം മുഖത്ത് കാണിക്കുന്നു
ണ്ടോ?"

മേസ്ത്രി പറഞ്ഞു.

സത്യമാണ്.

മേസ്ത്രിയുടെ നെഞ്ചിൽ ഇപ്പോഴും വെടിയുണ്ടയുണ്ട്. മരിച്ചു
ജീവിക്കുന്നവനാണ് മേസ്ത്രി. കണ്ടാൽ ആരുംപറയില്ല. അത്രയ്ക്ക്
ശാന്തതയാണ് മുഖത്ത്.

സമാധാനിപ്പിക്കാൻ പലരും പലതും പറഞ്ഞുവെങ്കിലും ഗോവിന്ദൻ
കുട്ടിയുടെ സങ്കടങ്ങൾ കടൽപോലെ തിളച്ചുമറിയുകയാണ്.

"നിരവധി മരണങ്ങളുടെ അവശിഷ്ടമാണ് ഗോയ്നങ്കുട്ട്യേ നമ്മുടെ
യൊക്കെ ഇപ്പോഴത്തെ ജീവിതം."

ഒരു അവധൂതന്റെ മുഖഭാവത്തോടെ കണ്ണൻമേസ്ത്രി പറയുകയാണ്.

"അല്ലെങ്കിൽതന്നെ നമ്മുടെ ഗീതയിൽ ഭഗവാൻ പറഞ്ഞതെന്താ?
നീയും ഞാനും അനേകം ജന്മങ്ങൾ കഴിഞ്ഞവരാണ്.... നിനക്കതൊന്നും
ഓർക്കാൻ കഴിയുന്നില്ല. ഞാനാകട്ടെ എല്ലാം അറിയുന്നു."

അസമയത്താണ് മേസ്ത്രിയുടെ ജ്ഞാനോപദേശം. ഒരുവൻ
മരണക്കിടക്കയിലാണ്. ബാക്കിയുള്ള ഹൃദയങ്ങൾ പിടഞ്ഞുതീരുകയാണ്.
നേരവും കാലവും നോക്കേണ്ടേ?

ഒരുകണക്കിന് മേസ്ത്രി കൂടെയുള്ളതാണ് ആശ്വാസം.

ഏതു പിരിമുറുക്കങ്ങൾക്കിടയിലും മരുഭൂമിയിൽ കുളിർമഴയെന്ന
പോലെ ജ്ഞാനോപദേശം വിളമ്പി ആശ്വസിപ്പിക്കാൻ മേസ്ത്രിക്ക്
മിടുക്കാണ്.

ഇപ്പോൾതന്നെ നോക്കൂ. തുണ്ടുകൾപോലെ തരിച്ചിരിക്കുന്ന മൂന്നു
ദേഹങ്ങൾക്കിടയിൽ മേസ്ത്രി കല്യാണവീട്ടിലെ കാരണവരെപ്പോലെ
ഓടിനടക്കുകയാണ്.

എല്ലാത്തിലും കണ്ണ് ചെന്നെത്തുന്നു.

ജഗദീശ്വരന്റെ അരികിൽ നിന്ന് ഡോക്ടറുടെ മുറിയിലേക്ക്, പിന്നെ നഴ്സിന്റെ അടുത്തേക്ക്. വീണ്ടും വാർഡിലേക്ക്, ജഗദീശ്വരന്റെ കട്ടിലിനടുത്തേക്ക്. അകത്തേക്ക്, പുറത്തേക്ക്, വീണ്ടും അകത്തേക്ക്....

ഒരു പന്തിന്റെ ചലനവേഗത്തോടെ ഉരുണ്ടും പാഞ്ഞും മേസ്ത്രി.

ഉള്ളിൽ വെടിയുണ്ടയും പുറമേ ശാന്തതയുമായി ഒഴുകി നടക്കുന്നു.

ഈ മനുഷ്യൻ ഒപ്പമില്ലെങ്കിൽ ഇതൊരു മരണവീടുതന്നെ.

ഇപ്പോൾ ഒരു ആഴ്ചപ്പതിപ്പെടുത്ത് ഗോവിന്ദൻകുട്ടിക്ക് വീശിക്കൊടുക്കുന്നു. "നിന്റെ വീരും ധൈര്യവുമൊക്കെ എവിടെപ്പോയി ഗോയ്ന്ന കുട്ട്യേ" എന്നും മറ്റും ചോദിച്ച് ബോധത്തിലേക്ക് കൊണ്ടുവരാൻ ശ്രമിക്കുന്നു.

ഗോവിന്ദൻകുട്ടിയോട് വേണമെങ്കിൽ എല്ലാവർക്കും വെറുപ്പ് തോന്നാം. വിഴുപ്പുകൾ മുഴുവൻ അയാളുടെ തലയിൽ കെട്ടിവെക്കാം. എല്ലാറ്റിൽ നിന്നും തലയുരി സ്വസ്ഥമായി ഇറങ്ങിനടക്കാം.

എന്നാൽ കാറ്റുപോയ ബലൂൺ കണക്കെ ചുരുണ്ടുവീണ അവസ്ഥ കാണുമ്പോൾ സഹതപിക്കാനേ എല്ലാവർക്കും കഴിഞ്ഞുള്ളു. കുറ്റമേറ്റെടു ക്കാനുള്ള സന്നദ്ധത അയാളുടെ ചലനങ്ങളിലുള്ളതുകൊണ്ട് ഇനിയും പീഡിപ്പിക്കേണ്ടെന്ന് എല്ലാവരും കരുതി.

"നിന്റെ കരച്ചിലും പിഴിച്ചിലും മുലക്കിരിക്കുന്ന മഴുവെടുത്ത് സ്വന്തം കാലിനിടാനേ ഉപകരിക്കു. നീ മാത്രമല്ല ഗോയ്ന്നകുട്ട്യേ. നമ്മളെല്ലാം ഒരുതരത്തിലല്ലെങ്കിൽ മറ്റൊരുതരത്തിൽ കുറ്റക്കാർ തന്നെ. അതിങ്ങനെ വിളിച്ചുകൂവുന്നത് ശരിയാണോ?"

മേസ്ത്രി താക്കീതുനൽകി.

"ഒന്നാന്തിയായിറ്റന്നെ ഇങ്ങനെ വന്നുഭവിച്ചല്ലോന്ന് ഓർക്കുമ്പോഴാ എനിക്കു സങ്കടം."

ഗോപാലകൃഷ്ണന്റെ കണ്ണുകൾ നിറഞ്ഞു.

ഒന്നാന്തിയായാലും രണ്ടാന്തിയായാലും ജഗദീശ്വരന് ഇതിലപ്പുറം സംഭവിക്കാനില്ലെന്ന് ഗോപാലകൃഷ്ണൻ ഓർക്കാത്തതല്ല. എങ്കിലും പുതിയ വർഷത്തിൽ, പുതിയ നൂറ്റാണ്ടിൽ, പുതിയ സഹസ്രാബ്ദത്തിൽ ആദ്യം കണ്ണിൽപ്പെട്ടത് അശുഭദൃശ്യമാണല്ലോ എന്ന വ്യസനം അയാളെ നടുക്കി.

യുഗപ്പിറവിയുടെ ആരവങ്ങൾ പുറത്ത് അലതല്ലുമ്പോൾ ഇവിടെമാത്രം ശ്മശാനം.

"എണീറ്റിരിക്കാൻ പറ്റോന്ന് നോക്ക്യാട്ടെ, ഞങ്ങതാങ്ങാം."

മൊടോന്ദാമു ഒന്നരക്കാലിൽ മുന്നോട്ടുവന്നു.

എണീറ്റിരുന്നിട്ടെന്ത്, ഒരു മാംസപിണ്ഡത്തിന്റെ ഇരിപ്പിലും കിടപ്പിലും എന്തുവ്യത്യാസം.

കണ്ണുതുറന്നു എന്നു കേട്ടപ്പോഴുണ്ടായ സന്തോഷാധികൃത്താൽ തുളുമ്പിപ്പോയതാവണം.

ജഗദീശ്വരൻ എഴുന്നേറ്റിരിക്കണം, നിൽക്കണം, നടക്കണം, പഴയതുപോലെ ചടകപ്പീടികയുടെ തിരുനടയിൽ പ്രതിഷ്ഠിക്കണം.

മൊടോൻദാമുവിന്റെ മാത്രമല്ല എല്ലാവരുടെയും പ്രാർഥനയാണ്.

പക്ഷേ ചരടുകൾ ആരുടെ കൈയിലാണ്.

എല്ലാവരും നെടുവീർപ്പിട്ടു.

"ഇങ്ങനെ കൂട്ടംകൂടി നിൽക്കുന്നതെന്തിനാണപ്പാ, ലേശം കാറ്റും വെളിച്ചവും കൊടുക്കറോ?"

നഴ്സ് കലമ്പി....

നഴ്സിനെന്തറിയാം?

ഇത് വെറും മനുഷ്യനല്ല, സാക്ഷാൽ ജഗദീശ്വരൻ.

അകത്തും പുറത്തും മാരകമായി പൊള്ളലേറ്റിരിക്കുന്നു.

മരണത്തെ ആട്ടിയോടിക്കാൻ പ്രയാസപ്പെട്ടുകൊണ്ടിരിക്കുന്നു.

ജഗദീശ്വരന്റെ മരണം സഹനത്തിനും അപ്പുറത്താണ്.

സിസ്റ്റർ, ജഗദീശ്വരന്റെ ഒരു കടാക്ഷത്തിന്, ഒരു ആശീർവാദത്തിന്, ഒരു വരദാനത്തിന് കാത്തിരിക്കുന്ന വിശ്വാസികളുടെ മാനസികാവസ്ഥ യെപ്പറ്റി നിങ്ങൾക്കെന്തറിയാം.

കാറ്റും വെളിച്ചവും കൊണ്ടില്ലെങ്കിലും മരുന്നും മന്ത്രവും കൊടുത്തി ല്ലെങ്കിലും ജഗദീശ്വരൻ തിരിച്ചുവരും. ജീവൻ നിറച്ച സിറിഞ്ച് കുത്തിവെച്ചി ല്ലെങ്കിലും ജഗദീശ്വരൻ ഉയിർത്തെഴുന്നേൽക്കും.

"ക്ഷമിക്കണം സിസ്റ്റർ, എല്ലാവർക്കും വേണ്ടപ്പെട്ടവനാണ്."

മേസ്ത്രി പറഞ്ഞു.

എല്ലാവർക്കും വേണ്ടപ്പെട്ടവർ! മേസ്ത്രി അതുപറയുമ്പോൾ എല്ലാവരും ഒളികണ്ണിട്ടുനോക്കി.

"ആർക്കും വേണ്ടാത്തവരായി ആരെങ്കിലുമുണ്ടോ?"

സിസ്റ്റർ ചോദിക്കുന്നു.

"സ്നേഹിച്ച് കൊല്ലാണ്ടിരിന്നാ നിങ്ങൾക്കും നന്ന് ഞങ്ങൾക്കും നന്ന്."

വാളും പരിചയുമെടുത്ത് സിസ്റ്റർ തിരിച്ചുപോയി.

ജഗദീശ്വരനെ തനിച്ചുവിട്ട് അപ്പുറത്തോ ഇപ്പുറത്തോ പോയി നേരം കളയാൻ ആർക്കും തോന്നിയില്ല.

കണ്ണു തുറക്കുന്ന അടുത്ത മുഹൂർത്തത്തിന് ഇമപൂട്ടാതെ കാവൽ നിന്നു എല്ലാവരും.

രണ്ട്

പുറത്ത് ആരവങ്ങൾ കെട്ടടങ്ങിയിരിക്കുന്നു.

സഹസ്രാബ്ദത്തിന്റെ പിറവിയിൽ ആർത്തും അട്ടഹസിച്ചും തെരുവുകൾ അവശമായി. കൊട്ടും കുരവയും നിലച്ചു.

അകവും പുറവും ഇപ്പോൾ ശ്മശാനമൂകം. വാർഡുകളിൽ അങ്ങിങ്ങാ യി ചെറിയ ചെറിയ ഞരക്കങ്ങളും തേങ്ങലുകളും മാത്രം.

ഇതെന്തൊരു പരീക്ഷണം.

ഗോപാലകൃഷ്ണൻ നെടുവീർപ്പിട്ടു.

രണ്ടാമതും കണ്ണുതുറക്കാൻ എന്തേ വൈകുന്നു എന്ന അസ്വസ്ഥത യാണ് അയാൾക്ക്. ഇപ്പോൾ ഇവിടെനിന്ന് പുറത്തിറങ്ങി ഒന്നും ചെയ്യാനില്ല. പോയാൽത്തന്നെ അതിനെക്കാൾ വേഗത്തിൽ തിരിച്ചുവരും.

എങ്കിലും ശുദ്ധവായു ശ്വസിച്ചാൽ കൊള്ളാമെന്നുണ്ട്.

"സമയമെന്തായിക്കാണും?"

അയാൾ ചോദിച്ചു.

എല്ലാവരും ഞെട്ടി.

സമയം!

പൊടുന്നനെ യന്ത്രം കണക്കെ എല്ലാവരും മാംസപിണ്ഡത്തിന്റെ ഉരുകിയൊലിച്ച കൈത്തണ്ടയിലേക്ക് നോക്കിപ്പോയി.

വാച്ചെവിടെ?

സമയത്തിന് പുതിയ വ്യാഖ്യാനം നൽകിയ ജഗദീശ്വരന്റെ വാച്ചെവിടെ?

സൂക്ഷിച്ചുനോക്കി.

ഇടതുകൈത്തണ്ടയിൽ അതിന്റെ അവശിഷ്ടങ്ങൾ ഉരുകിയൊലിച്ച് അവ്യക്തമായി കിടപ്പുണ്ടായിരുന്നു. അടർത്തി മാറ്റാനാവാത്തവിധം അത് ശരീരത്തിൽ ലയിച്ചു ചേർന്നിരിക്കുന്നു. ഡയലും സൂചിയുമെല്ലാം വെറുമൊരു തോന്നലായി, കുഴഞ്ഞുമറിഞ്ഞു കിടപ്പുണ്ട്.

എങ്കിലും ശരീരത്തിൽ എവിടെനിന്നോ പതിഞ്ഞു കേൾക്കുന്ന ടിക് ടിക് ശബ്ദം വാച്ചിൽ നിന്നായിരിക്കാമെന്ന് ഊഹിച്ചു.

സമയമെന്തായി ജഗദീശ്വരാ?

ആ ചോദ്യം ഇപ്പോഴും അന്തരീക്ഷത്തിൽ അടിഞ്ഞുകിടപ്പുണ്ട്.

കുറേ കൊല്ലങ്ങൾക്കുമുമ്പാണ്.

ചരടുപൊട്ടിയ പട്ടം കണക്കെയുള്ള അന്നത്തെ പാതിവെന്ത ജീവിതത്തിലേക്ക് മേസ്ത്രി വഴുതിയിറങ്ങി.

അന്ന് മേസ്ത്രി ആയിരുന്നില്ല. വെറും കുഞ്ഞിക്കണ്ണൻ. ഷേർട്ടിനുമീതെ വള്ളി ട്രൗസറിട്ട്, കുരുവിക്കൂട് സ്റ്റൈലിൽ മുടി ചുരുട്ടിയ കുഞ്ഞിക്കണ്ണൻ അവരുടെ ലീഡറാണ്. ആറിലും ഏഴിലുമായി കുറേ തുഴഞ്ഞ് വിഷമിച്ചു കൊണ്ടിരിക്കുന്ന കാലം.

ജഗദീശ്വരന്റെ പടക്കപ്പീടികയുടെ വാതിൽക്കൽ തലയിട്ട് വിളിച്ചു ചോദിക്കും.

"സമയമെന്തായി ജഗദീശ്വരാ...?"

കൈയിൽ കെട്ടിയിരുന്ന പുതിയവാച്ച് പിന്നിലൊളിപ്പിച്ചായിരിക്കും ചോദിക്കുക. ഇളയച്ഛൻ തൽക്കാലത്തേക്ക് കെട്ടാൻ കൊടുത്ത വാച്ചിന്റെ നടപ്പ് പരീക്ഷിക്കുകയായിരുന്നു ലക്ഷ്യം.

പിന്നെ അതൊരു പതിവായി.

പോകുമ്പോഴും വരുമ്പോഴും തിരുനടയിൽ എത്തിനോക്കി ചോദിക്കും.

സമയമെന്തായി ജഗദീശ്വരാ?

ജഗദീശ്വരൻ കണ്ണുതുറക്കുന്നതും കൈത്തണ്ട പരതിപ്പിടിച്ച് വാച്ചി ലേക്ക് നോട്ടം പായിക്കുന്നതും ഡയൽ വെളിച്ചത്തേക്കു നീട്ടി അകന്നും അടുപ്പിച്ചും നോക്കി കൈവിരൽകൊണ്ട് കണക്കുകൂട്ടുന്നതും ഒടുവിൽ പാറ തള്ളിമാറ്റുന്ന പ്രയാസത്തോടെ ചുണ്ടനക്കി തോന്നിയ സമയം പറയുന്നതും എല്ലാവരും അമർത്തിച്ചിരിച്ച് ആസ്വദിക്കും.

രാവിലെ ഒമ്പതിനോടടുപ്പിച്ച സമയം ജഗദീശ്വരൻ രണ്ടരയോ അഞ്ചര യോ ആണ്. വൈകിട്ട് നാലരയ്ക്ക് പത്തേകാലെന്നോ പന്ത്രണ്ട മുക്കാലെന്നോ പറയും.

വാച്ച് കേടായതുകൊണ്ടോ, സമയം നോക്കാൻ അറിയാത്തതു കൊണ്ടോ ആണ് ഇയാൾ നേരം തെറ്റിപ്പറയുന്നതെന്ന് വിശ്വസിക്കാനുള്ള മൗഢ്യം ആർക്കുമില്ല. ഒരു പിഞ്ചുകുഞ്ഞിന്റെ സമയബോധം പോലുമില്ലെ ങ്കിൽ പിന്നെന്തിന് വാച്ച് കെട്ടുന്നു എന്നത് ചോദ്യമായിത്തന്നെ അവശേ ഷിച്ചു.

ഇന്ന് ആ വാച്ച് ഉരുകിയൊലിക്കുന്നു. അദൃശ്യമായ സൂചികൾ സ്വച്ഛന്ദം കറങ്ങുന്നുണ്ട്.

സമയമെത്രയായാലെന്ത്?

ഇവിടെ സമയസൂചികൾ തിരിച്ചുവെക്കുന്നത് നഴ്സ്. സ്വർഗത്തിൽ നിന്നും അടർന്നുവീണ മാലാഖയുടെ വേഷത്തിൽ നഴ്സ് പറന്നു നടക്കുന്നു.

നേരത്തിനും കാലത്തിനും പൂത്താലവും പനിനീരുമായി അവർ എത്തിക്കൊള്ളും. മരുന്നും മന്ത്രവും നേരം തെറ്റാതെ കൊടുക്കാൻ അവർക്കറിയാം. ഊണും ഉറക്കവും നിയന്ത്രിക്കുന്നത് അവരാണ്.

ജഗദീശ്വരനെ അവർ വീണ്ടും ഉറക്കിയതാവും സംശയമില്ല. ഇനി ഉണരാൻ അവർ തന്നെ കനിയണം.

ക്ഷമകെട്ട് കാത്തു.

ജഗദീശ്വരനെ ജീവനോടെ തിരിച്ചു തന്നാൽ മാടായിക്കാവിൽ തൊഴാം. പറശ്ശിനിയിൽ തിരുവപ്പന നേരാം....

നേർച്ചകളും വഴിപാടുകളും പെരുകി.

ജഗദീശ്വരൻ എല്ലാവരെയും കൺനിറയെ കാണണം. പറയാനുള്ള തെല്ലാം കേൾക്കണം. ചെയ്തത് കുറ്റമാണെങ്കിൽ അതേറ്റുപറഞ്ഞ് പ്രായശ്ചിത്തം ചെയ്യാനുള്ള സാവകാശം തരണം. അത്രയേ വേണ്ടൂ. അല്ലാ തെ ഈ കിടപ്പിൽ അങ്ങോട്ടെടുത്താൽ ഉള്ളിൽ ഞെരങ്ങിക്കത്തുന്ന തീ കെടില്ല. മരിച്ചാലും മനഃശാന്തി ലഭിക്കില്ല. ദൈവമേ വിളികേൾക്കില്ലേ...

എല്ലാവരുടെയും പ്രാർത്ഥനയാണ്.

കാത്ത് കാത്ത് കണ്ണ് തളർന്നു.

ദൈവങ്ങളായ ദൈവങ്ങളുടെയെല്ലാം പേരുവിളിച്ച് നാവുകുഴഞ്ഞു.

എങ്കിലും ഇനിയും കാത്തിരിക്കാം.

ഒടുക്കം അതാവർത്തിച്ചു.

വേദനയുടെ ഞരക്കം.

ചുറ്റും നിന്നവർക്ക് സുഖകരമായ അസ്വാസ്ഥ്യം. കരുവാളിച്ച കണ്ണു കൾക്ക് ചലനം.

നടതുറക്കുമ്പോഴെന്നപോലെ എല്ലാവരും തിക്കിത്തിരക്കി. ആദ്യം കാണുന്നത് തങ്ങളെയായിരിക്കണം എന്നവാശിയിൽ എല്ലാവരും തിടുക്കം കാട്ടി. ഭക്ത്യാദരപൂർവം തൊഴുകൈകളോടെ നിന്നു.

അത്യധികമായ സന്തോഷം കൊണ്ട് എല്ലാവരും വീർപ്പുമുട്ടി. ഗോവി ന്ദൻകുട്ടി ജഗദീശ്വരന്റെ കാല് എന്ന സങ്കല്പത്തിൻമേൽ തന്റെ തൊഴു കൈ സമർപ്പിച്ചു. കണ്ണൻമേസ്ത്രി ഗോവിന്ദൻകുട്ടിയുടെ കൈകൾ തട്ടിമാറ്റി പാദപദ്മങ്ങളിൽ മുഖമർത്തി. ഗോപാലകൃഷ്ണനും മൊടോൻ ദാമുവും ആഹ്ളാദത്തിമിർപ്പോടെ കട്ടിലിൽ കയറി.

ആകാശത്തുനിന്ന് പൊട്ടിവീണപോലെ നഴ്സ് മുന്നിൽ.

ഈച്ചയെ അകറ്റുമ്പോലെ അവർ എല്ലാവരെയും ആട്ടിയോടിച്ചു. വിളവുതിന്നാൻ അതിക്രമിച്ചുകടന്ന കാലിക്കൂട്ടങ്ങളെ എന്നപോലെ 'പോ, പോ' എന്നു കലമ്പി നഴ്സ് ഉന്തിപ്പുറത്താക്കി.

"ഈ മനുഷ്യൻ നിങ്ങളുടെ ആരാ?"

കത്തിജ്ജ്വലിക്കുന്ന കോപത്തോടെ നഴ്സ് ചോദിച്ചു.

ആരും മിണ്ടിയില്ല പരസ്പരം നോക്കുകമാത്രം ചെയ്തു.

നഴ്സിനു വിവരമില്ല.

"ഇത് മനുഷ്യനല്ല സിസ്റ്റർ, സാക്ഷാൽ ജഗദീശ്വരൻ."

"ആരായാലും തരക്കേടില്ല, ജീവൻ വെച്ചാലുടനെ ഞങ്ങൾ എടുത്തു കൊണ്ടോടുമെന്ന പേടി വേണ്ട. നിങ്ങളെതന്നെ ഏൽപ്പിക്കാം. അതുവരെ ലേശം സൈ്വരവും സമാധാനവും കൊടുക്കൂ..."

നഴ്സ് എല്ലാവരോടുമായി പറഞ്ഞശേഷം രോഷം മുഴുവൻ കതകിനോട് തീർത്തു.

ആഞ്ഞടച്ച കതകിനിപ്പുറം കളിപ്പാട്ടം നഷ്ടപ്പെട്ട കുഞ്ഞുങ്ങളെ പ്പോലെ എല്ലാവരും സങ്കടപ്പെട്ടുനിന്നു.

മഞ്ഞപ്പെയിന്റടിച്ച കതകിൽ അല്പനേരം ദാഹാർത്തരായി ഉറ്റുനോക്കി.

അവിടെ പതിച്ചിരുന്ന 'ഹാപ്പിമില്ലേനിയം' എന്ന വർണമനോഹരമായ സ്റ്റിക്കറിൽ എല്ലാവരുടെയും കണ്ണുതറച്ചു.

മൂന്ന്

മരിച്ചവീടിന് കാവൽപോലെ എല്ലാവരും ഇരുന്നും നടന്നും നേരം കഴിച്ചു. ആശുപത്രിവരാന്ത ശ്മശാനതുല്യമായി. കണ്ണുകൾ തളർന്നു വെങ്കിലും ഉറക്കം ഒരു മരീചികയായി അവശേഷിച്ചു.

കൺമുന്നിൽ ജഗദീശ്വരൻ മാത്രം.

കണ്ണടച്ചു പോയാൽ കനൽക്കട്ടപോലെ ജഗദീശ്വരൻ കരളിൽ കത്തുന്നു.

"എലക്ട്രാൻ കോരൻ വീണ്ടും അവതരിക്കുകയാണോ?"

സൂചിവീണാൽ കേൾക്കുന്ന നിശ്ശബ്ദതയെ ഭേദിച്ചത് കണ്ണൻ മേസ്ത്രി.

ഓരോ വാഴത്തോട്ടത്തിലും ചെന്ന് ഉടമയോട് സമ്മതം വാങ്ങാതെ ഇല ശേഖരിച്ച് ചെറുകുന്നമ്പലത്തിലെ അന്നദാനത്തിന് എത്തിക്കുന്ന എലക്യാൻ കോരന്റെ കഥ കണ്ണൻമേസ്ത്രി വിവരിച്ചു കൊടുത്തു.

ഇലമുറിക്കുന്നതിനായി ആരോ എതിർപ്പ് പ്രകടിപ്പിച്ചുവത്രെ! വാക്കേറ്റവും കയ്യാങ്കളിയുമായി. ഒടുക്കം കോരൻ കുത്തേറ്റുമരിച്ചുവീണു.

ഊട്ടിന് സമയമായപ്പോൾ എന്നുമെന്നപോലെ നമ്പൂതിരി കോരനെ വിളിച്ചു.

അകലെ ചത്തുകിടക്കുന്ന കോരൻ വിളികേട്ടു. പൊടുന്നനെ ജഡത്തിന് ജീവൻ.

കൈകാൽ കുടഞ്ഞെഴുന്നേറ്റു.

ഇലക്കെട്ടെടുത്ത് നടയിലെത്തിച്ച് തന്റെ കടമ നിറവേറ്റിയെന്ന് ബോധ്യം വരുത്തിയശേഷം ഒന്നുകുടി മരിച്ചുവീണു.

കണ്ണൻ മേസ്ത്രി നിശ്വസിച്ചു.

കഥ കേട്ടപ്പോൾ എല്ലാവരുടെയും ചങ്കിടിപ്പ് പെരുകി.

പൊടുന്നനെ കൂട്ടത്തിൽനിന്ന് ഒരു തേങ്ങൽ. ഗോവിന്ദൻകുട്ടി ആയിരുന്നു.

"ചെ, എന്തായിത് ഗോയ്ന്നങ്കുട്ടീ, കൊച്ചുകുട്ട്യോ മറ്റോ ആണോ നീ.?"

കണ്ണൻ മേസ്ത്രി അയാളുടെ പുറത്ത് പതുക്കെ തലോടി.

ഗോവിന്ദൻകുട്ടിയുടെ പതനം അദ്ഭുതാവഹമാണ്. ഇന്നലെ വരെയുള്ള ഗോവിന്ദൻകുട്ടി മറ്റൊരാളായിരുന്നു.

എവിടെപ്പോയി ആ താന്തോന്നിയുടെ കയ്യൂക്കും നെഞ്ചൂക്കും. എവിടെപ്പോയി പരാക്രമങ്ങൾ?

വാസ്തവത്തിൽ ആരായിരുന്നു ഗോവിന്ദൻകുട്ടി?

കേൾക്കാൻ കൊള്ളാവുന്നതല്ല പുരാവൃത്തം.

വള്ളിട്രൗസറിട്ട് വയൽവരമ്പിലൂടെ വട്ടമുരുട്ടി നടക്കുന്ന കാലത്ത് കവണകൊണ്ട് കാക്കകളുടെ ചിറകൊടിച്ചിട്ടുണ്ട്. കല്ലെറിഞ്ഞ് പൂച്ചകളുടെ കാലൊടിച്ചിട്ടുണ്ട്.

വെറും നേരമ്പോക്ക്.

എന്നാൽ അറപ്പുളവാക്കുന്ന മറ്റുപല അരമനരഹസ്യങ്ങൾ അങ്ങാടി യിൽ പാടിപ്പതിഞ്ഞവയാണ്.

പൊടിക്കുപ്പിപ്രായത്തിൽ തന്നെ കള്ളിന്റെയും പെണ്ണിന്റെയും രുചിയറിഞ്ഞവൻ! സ്കൂളിൽ പഠിക്കുന്ന കാലത്ത് തല്ലുകൊള്ളാത്ത ദിവസമില്ല. ഒരിക്കൽ ടീച്ചറുടെ കൈയിൽനിന്ന് ചൂരൽതട്ടിപ്പറിച്ച് പലിശയടക്കം തല്ല് മടക്കിക്കൊടുത്തവനാണ്. പുറത്താക്കിയാലും പിണ്ഡംവെച്ചാലും ഇഷ്ടന് കുലുക്കമില്ല. തല്ലിക്കെടുത്തുന്തോറും ആളിക്കത്തുന്നവനാണ് ഗോവിന്ദൻകുട്ടി.

ഇതൊക്കെ പഴയകഥകൾ, പുതിയവ പറഞ്ഞാലും പറഞ്ഞാലും തീരില്ല.

എത്രയെത്ര കുളിമുറികളിൽ ഒളിഞ്ഞുനോക്കിയിട്ടുണ്ട്? എത്രയെത്ര ചെറുപ്പക്കാരെ കള്ളും കഞ്ചാവും കൊടുത്ത് വഴിപിഴപ്പിച്ചിട്ടുണ്ട്? ആരാന്റെ പറമ്പിലെ തെങ്ങിൽനിന്ന് കള്ളും തേങ്ങയും മോഷ്ടിക്കുക ഇന്നോ ഇന്നലെയോ തുടങ്ങിയതല്ല. അയൽപക്കങ്ങളിലെ കിണ്ടിയും കിണ്ണവും മുതൽ അമ്പലങ്ങളിലെ തിരുവാഭരണങ്ങൾ വരെ എത്രയെത്ര മോഷണകഥകൾ. ഭയം തൊട്ടുതെറിപ്പിച്ചിട്ടില്ലാത്ത ജന്മം.

കൊണ്ടും കൊടുത്തും ജീവിക്കുന്നതാണ് അന്തസ്സ്; അപഥസഞ്ചാരത്തിന്റെ സുഖം അനുഭവിച്ചറിയേണ്ടതു തന്നെ.

ഓരോ മാന്യനും ഭീരുവാണ്. അക്കൂട്ടർ വാറുപൊട്ടിയ ചെരുപ്പു മാതിരിയെന്ന് ഗോവിന്ദൻകുട്ടിയുടെ മതം.

മാനവും മര്യാദയുമായി ജീവിക്കുന്നവരോട് തട്ടിക്കയറാനും അവരെ കുത്തിമലർത്താനും ആവേശം തന്നെ.

എവിടെപ്പോയി പരാക്രമങ്ങൾ?

പിഴച്ചത് ഇവിടെ മാത്രം.

കളി വെറും മാന്യനോടായിരുന്നില്ല.

മനുഷ്യജന്മത്തോടു പോലുമല്ല.

ഗോവിന്ദൻകുട്ടി കരയുകയാണ്. കനൽക്കട്ട ഉറുമ്പരിക്കുന്നതിന് സമം. കരയാനുള്ള മനസ്സ് ഗോവിന്ദൻകുട്ടിക്കുണ്ടെന്ന് പറഞ്ഞാൽ ആരും വിശ്വസിക്കില്ല.

കൊച്ചു കുട്ടിയെപ്പോലെ ഏങ്ങിക്കരഞ്ഞും മൂക്കുചീറ്റിയും കണ്ണീർ തുടച്ചും ഗോവിന്ദൻകുട്ടി ഉരുകിത്തീരുകയാണ്.

പൊളിഞ്ഞ ചാരുകസേരപോലെ ഗോവിന്ദൻകുട്ടി ഏതോ മൂലയിൽ ചുരുണ്ടുകിടക്കുന്നു.

ഇത് ഒരാളുടെ കഥ.

ഒട്ടും താഴെയല്ലാത്ത സ്ഥാനം ചരിത്രത്തിൽ ബാക്കിയുള്ളവർക്കുമുണ്ട്.

വേണ്ടുന്നിടത്തും വേണ്ടാത്തിടത്തും തത്ത്വജ്ഞാനം വിളമ്പി, പ്രമാണിമാരെ ചാക്കിട്ടുപിടിച്ച്, അമ്പലക്കമ്മിറ്റിയിൽ നുഴഞ്ഞു കയറി ഭണ്ഡാരം മുഴുവൻ വിഴുങ്ങിയ കണ്ണൻമേസ്ത്രിയുടെ ചരിത്രം പരസ്യമായ രഹസ്യമാണ്. കെട്ടുതാലിപോലുമില്ലാതിരുന്ന ഭാര്യ ഒരുനാൾ സർവ്വാഭരണ വിഭൂഷിതയായി കാണപ്പെട്ടതെങ്ങനെ?

നുണപ്രചാരമാണ്.

അത് ദുരീകരിക്കാനോ സ്ഥിരീകരിക്കാനോ ആർക്കുമായില്ല. ഒളിഞ്ഞും തെളിഞ്ഞും ആൾക്കാർ അമ്പലം വിഴുങ്ങിയെന്ന് വിളിക്കുമ്പോൾ എന്നും ഒപ്പമുണ്ടാകാറുള്ള ഗോവിന്ദൻകുട്ടിയാണ് മീശ ചുരുട്ടുക. മേസ്ത്രിയുടെ വലംകൈയാണ് ഗോവിന്ദൻകുട്ടി.

വെടിയുണ്ട നെഞ്ചിലേറ്റിയാണ് കണ്ണൻമേസ്ത്രി ജീവിക്കുന്നത്.

ഇതും സ്ഥിരീകരിക്കാത്ത സത്യമാണ്.

എതോ സമരമുഖത്ത് അടിപതറാതെ നിന്നതിന്റെ സ്മാരകം. പലരും അങ്ങനെ കരുതുന്നു.

വീരപുരുഷനായി സ്വയം വാഴ്ത്താറുള്ള മേസ്ത്രിക്ക് വെടിയുണ്ട അലങ്കാരം,

എന്നാൽ വെടിവെച്ചത് മറ്റാരുമല്ല.

ഒരു പാമ്പ്.

അത് അടുത്ത സിൽബന്തികൾക്കേ അറിയു.

ഒരു സ്വയംകൃതാനർഥം.

ഒരിക്കൽ ഗോവിന്ദൻകുട്ടിയോടൊപ്പം കൊക്കുകളെ വെടിവെക്കാൻ തോട്ടുവക്കത്തേക്ക് പുറപ്പെട്ടതായിരുന്നു.

തോട്ടിലെ നീരൊഴുക്കിൽ മീൻകാത്ത് ഒറ്റക്കാലിൽ നിൽക്കുന്ന കൊക്കിന്റെ നേർക്ക് നിറയൊഴിക്കുന്നതിനേക്കാൾ, ആകാശത്ത് ചിറകുവിടർത്തി പറക്കുന്ന പക്ഷിയെ 'ഠേ' എന്ന് വെടിവെച്ച് 'കടകട' ശബ്ദത്തിൽ പിടഞ്ഞ് 'ടപ്പ്' എന്ന് നിലംപൊത്തുന്നത് കാണാനാണ് രസം എന്ന് മേസ്ത്രി.

പൊടുന്നനെ തോട്ടുവക്കിലെ പൊന്തക്കാട്ടിൽനിന്ന് ഒരു കൊക്ക് ആകാശത്തുയർന്നു. മേസ്ത്രി നിറതോക്കുയർത്തി. കാഞ്ചിയിൽ കൈവെച്ചു.

ദാ, ഒരു പാമ്പ്!

മാളത്തിൽനിന്നും ഇഴഞ്ഞിഴഞ്ഞ് ഒരു പാമ്പ് മേസ്ത്രിയുടെ കാൽക്കലെത്തിയത് ഗോവിന്ദൻകുട്ടി കണ്ടു.

മേസ്ത്രി ഒറ്റ ചാട്ടം.

പിന്നെ തോക്കിന്റെ പാത്തികൊണ്ട് പാമ്പിന്റെ തല ഞെരിച്ചു. പാമ്പ് പിടഞ്ഞു. വാലിട്ടടിച്ചു. വാലിന്റെ അറ്റം കാഞ്ചിയിൽ ചുറ്റി.

'ഠേ' വെടിപൊട്ടി.

മേസ്ത്രിയുടെ നെഞ്ചത്ത് രക്തംകൊണ്ടുള്ള ഭൂപടം.

കണ്ണുകളടഞ്ഞു. പ്രാണൻപോയി എന്ന് മേസ്ത്രി കരുതി.

ഗോവിന്ദൻകുട്ടി വാരിയെടുത്ത് ആശുപത്രിലെത്തിച്ചില്ലായിരുന്നു വെങ്കിൽ.....

ആശുപത്രിക്കാർ വെടിയുണ്ട എടുത്തുമാറ്റിയോ ഇല്ലയോ എന്ന് മേസ്ത്രിക്ക് ഇപ്പോഴും നല്ല തിട്ടമില്ല.

ആശ്രിതവൽസലന്മാർ പറഞ്ഞുപരത്തി.

മേസ്ത്രി വെടിയുണ്ട നെഞ്ചിലേറ്റി ജീവിക്കുന്നു.

ഒടുക്കത്തെ ശ്വാസംകാത്ത് കിടക്കുന്ന ജഗദീശ്വരനെക്കുറിച്ച് മറ്റുള്ളവ രിൽ ഉള്ളത്ര ആശങ്കകൾ ഇയാൾക്ക് ഇല്ലാത്തതിന് കാരണവും ഇതുത ന്നെ.

ഗോപാലകൃഷ്ണൻ മര്യാദക്കാരനാണ്.

ഉടുപ്പിലും നടപ്പിലും ഇയാൾ മാന്യന്മാരെ കടത്തിവെട്ടും. വെള്ള വസ്ത്രം മാത്രമേ ധരിക്കൂ. പരോപകാരിയാണ്. ഗൾഫുകാരുടെ

അടുക്കളയുമായാണ് കൂടുതൽ ബന്ധം. അവിടുത്തെ പെണ്ണുങ്ങളോ ടൊപ്പം ഷോപ്പിങ്ങിന് പോവുക. ഡ്രാഫ്റ്റ് മാറാൻ സഹായിക്കുക. കുട്ടികൾക്ക് കണക്ക് കൂട്ടാൻ പഠിപ്പിച്ചുകൊടുക്കുക. ഫ്യൂസ് വയർ കെട്ടി കൊടുക്കുക തുടങ്ങിയ ജോലികൾ ചെയ്തു വരുന്നു.

സ്കൂളിൽ പഠിക്കുന്നകാലം മുതൽക്കേ പെൺകുട്ടികളോട് താല്പര്യം കൂടുതൽ. അക്കാര്യത്തിൽ ഗോവിന്ദൻകുട്ടിയുടെ ഗുരുനാഥൻ. ഒരേ സമയത്ത് ഒരുപാട് സ്നേഹബന്ധങ്ങൾ.

ഗൈനക്കോളജിസ്റ്റ് ഒന്നുരണ്ടെണ്ണം ഉള്ളംകൈയിലുള്ളതുകൊണ്ട് വെള്ളക്കുപ്പായത്തിൽ ചെളിപുരളാതെ രക്ഷപ്പെടുന്നു.

മൊടോൻ ദാമുവിന്റെ പുരാവൃത്തം വിചിത്രമാണ്. ശരിക്കും കൊടുവാൾ ദാമുവാണ്. അരയിൽ കൊടുവാൾ കാണും എപ്പോഴും. ഒന്നുപറഞ്ഞ്, രണ്ടു പറഞ്ഞ് മൂന്നാമത് കൊടുവാൾ പ്രയോഗമാണ്.

പണ്ടെപ്പോഴോ റെയിൽമുറിച്ച് കടക്കുമ്പോൾ കാല് പാളത്തിനിടയിൽ കുടുങ്ങിപ്പോയി. കുറേനേരം ഇളക്കിയും വലിച്ചും പാടുപെട്ടു. ഊരുന്ന ലക്ഷണമില്ല. കഷ്ടകാലത്തിന് ദുരെ തീവണ്ടിയുടെ ഇരമ്പവും....

പിന്നെ ഒട്ടും വൈകിയില്ല.

മുൻ, പിൻനോക്കാതെ അരയിൽനിന്ന് കൊടുവാൾ വലിച്ചെടുത്തു.

ഒറ്റവെട്ട്, തുണ്ടം രണ്ട്.

കാല്പത്തി പോയെങ്കിലും ജീവൻ കൈയിൽ കിട്ടി അങ്ങനെ കൊടുവാൾ ദാമു മൊടോൻ ദാമുവായി.

ഭാരിച്ച സ്ത്രീധനം ചോദിച്ച് കല്യാണം കഴിച്ചു. ഭാര്യവീട്ടുകാർ പകുതിമാത്രം കൊടുത്ത് തടിതപ്പി. ഞൊണ്ടിയല്ലേ; അത്രമതി.

ബാക്കി കിട്ടാത്ത വിരോധം ഭാര്യയോട് തീർത്തു.

വെട്ടിനുറുക്കി. അത്രതന്നെ. ഇപ്പോൾ ജീവച്ഛവം.

ദാമുവിന് തെല്ലും സഹതാപം തോന്നിയില്ല.

പക്ഷേ, ഇന്ന് ജഗദീശ്വരന്റെ മുന്നിൽ ദാമുവും കൂട്ടരും അലിഞ്ഞു തീരുകയാണ്.

ഒരുമിച്ചു വളർന്നവരാണ്.

ഓർമ്മകൾക്ക് തെളിമ കൈവന്ന നാൾമുതൽ നാൽവർസംഘം തോളോട് തോൾ ചേർന്ന് നിൽപ്പായിരുന്നു.

തോട്ടിൻകരയിലും മാവിൻകൊമ്പത്തും വഴിയോരങ്ങളിലും എല്ലാം ഇവർ ഒരുമിച്ചായിരുന്നു.

ഒരു പാത്രത്തിലുണ്ടവർ, ഒരു പായിലുറങ്ങിയവർ.

സ്കൂൾ ടീച്ചറുടെ ഭരണകാലത്തു തന്നെ ഈ ഗുഢസംഘത്തെ തകർക്കാൻ നോക്കിയതാണ്. നടന്നില്ല.

കാലം അടിമുടി മാറിയിട്ടും ഇവരുടെ ബന്ധത്തിന്റെ ഈർക്കിൽ പോലും ഇളക്കിയെടുക്കാൻ ആർക്കും കഴിഞ്ഞില്ല.

പക്ഷേ, ഇന്ന് ആദ്യമായി ഗോവിന്ദൻകുട്ടിക്ക് ഒറ്റപ്പെടുന്നതുപോലെ തോന്നി. കാല്ക്കീഴിലെ മണ്ണ് ഒലിച്ചുപോവുന്നു.

"ആരെങ്കിലും പൊലീസിൽ പരാതി കൊടുത്തിട്ടുണ്ടോവ്വോ ഗോപാലകൃഷ്ണാ."

എല്ലാവരും സ്തബ്ധരായി.

ഇത് ഗോവിന്ദൻകുട്ടി തന്നെയോ?

പോലീസിനെയും പട്ടാളത്തെയും പേടി. നീതിയിലും നിയമത്തിലും വിശ്വാസം....!

കൈയുക്ക് കാണിച്ചപ്പോൾ പ്രതിരോധിക്കാത്ത, കനിവിനുവേണ്ടി യാചിക്കാത്ത ഒരുവനെ ആദ്യമായി കണ്ടുമുട്ടിയതാണ്.

അനുകമ്പകൊണ്ട് കണ്ണുനിറഞ്ഞു.

"നീ ബേജാറാകണ്ട ഗോയ്ന്നങ്കുട്ടി, ജഗദീശ്വരന് സ്വന്തക്കാരും ബന്ധക്കാരുമായി നമ്മള് മാത്രല്ലേയുള്ളു".

ഗോപാലകൃഷ്ണൻ ആശ്വസിപ്പിച്ചു.

"പരാതി കൊടുത്തവൻ പിന്നെ അമ്മയെ കാണില്ല".

ദാമു കൊടുവാൾ തപ്പി.

"ഛെ, ഛെ ഇപ്പോ അതൊന്നും ഓർത്ത് സങ്കടപ്പെടേണ്ട. നമ്മൾ, ഒരു തെറ്റും ചെയ്തിട്ടില്ല. സംഭവിക്കേണ്ടത് സമയത്ത് തന്നെ സംഭവിച്ചു. അത്രമാത്രം."

കണ്ണൻ മേസ്ത്രി പറഞ്ഞു.

"കത്തിക്കരിഞ്ഞ് ജഡപ്രായമായ ഒരു മനുഷ്യനെ ചുരുട്ടിക്കെട്ടി ആശുപത്രിയിലെത്തിച്ചത് കുറ്റമാണെങ്കിൽ ആ കുറ്റം ഏറ്റെടുക്കുക."

മേസ്ത്രി കൂട്ടിച്ചേർത്തു.

"ജഗദീശ്വരനെ ജീവനോടെ തിരിച്ചുകിട്ടുമോ? അതോ.... ഇപ്പോഴത്തെ ചോദ്യം അതുമാത്രം... മറ്റൊന്നും ഓർത്ത് വ്യാകുലപ്പെടേണ്ട സമയമല്ലിത്.... നമ്മളാരും ഒരു തെറ്റും ചെയ്തിട്ടില്ല, ചെയ്തിട്ടില്ല, ചെയ്തിട്ടില്ല..."

മേസ്ത്രിയുടെ വാക്കുകൾ കുളിർമഴപോലെ പെയ്തു കൊണ്ടിരുന്നു.

നാല്

ജഗദീശ്വരൻ നിറജീവനോടെ മുന്നിൽ പ്രത്യക്ഷപ്പെട്ടിരിക്കുന്നു. പതഞ്ഞുപൊന്തുന്ന പുകക്കിടയിൽ ഉദിച്ചുയരുകയായിരുന്നു.

സുവർണ്ണ കിരീടത്തിനു ചുറ്റും സൂര്യതേജസ്സ്. ദിങ്മണ്ഡലം മറയ്ക്കുന്ന മനോഹര കാന്തിപുരം.

മുഖത്ത് കത്തിജ്ജ്വലിക്കുന്ന പക.

നാലു തൃക്കൈകളിലും ഏറുപടക്കങ്ങൾ.

ദൈവമേ രക്ഷിക്കണേ...

ഗോവിന്ദൻകുട്ടി അലറി

ഓടി രക്ഷപ്പെടാൻ നോക്കി. കാലുകൾ നിലത്ത് തറപ്പിച്ചപോലെ. ശരീരത്തിനു ഭാരം.

ഏറിൽനിന്നും വഴുതിമാറി. മുഴുവൻ ശക്തിയുമുപയോഗിച്ച്

ഗോവിന്ദൻകുട്ടി ഓടി. ജീവനും കൊണ്ടുള്ള ഓട്ടം.

ജഗദീശ്വരൻ പിന്നിലുണ്ട്. ഓരോ കാൽവെപ്പും നൂറായിരം അടി ദൂരം.

ഒടുക്കം ഗോവിന്ദൻകുട്ടി കിതച്ചുകിതച്ചു തളർന്നു വീണു പോയി.

"കൊല്ലല്ലേ, എന്നെ കൊല്ലല്ലേ...."

അലറി വിളിച്ചു.

"എന്താ എന്താ പറ്റിയത്?"

കണ്ണൻമേസ്ത്രി കുലുക്കി വിളിച്ചു.

അതേ കിതപ്പോടെ ഗോവിന്ദൻകുട്ടി കണ്ണുതുറന്നു.

"ഞാനെവിടെയാണ്?"

"ഇവിടെ, ആശുപത്രി വരാന്തയിൽ."

മേസ്ത്രി സംശയം ദൂരീകരിച്ചു. പരിസരബോധം വീണ്ടെടുത്തശേഷം ഗോവിന്ദൻകുട്ടി പറഞ്ഞു:

"ഒന്നു മയങ്ങിപ്പോയി..."

തണുത്ത കാറ്റ് വീശിയടിക്കുന്നുണ്ടെങ്കിലും ഗോവിന്ദൻകുട്ടി വിയർത്തു.

"എനിക്കിപ്പോ കാണണം...

കുറ്റമെല്ലാം ഏറ്റുപറയണം. ആ കാലിൽ വീഴണം. സർവാപരാധ ങ്ങൾക്കും മാപ്പു ചോദിക്കണം."

ഗോവിന്ദൻകുട്ടി എഴുന്നേറ്റു.

ഇവൻ പ്രശ്നമുണ്ടാക്കും... ബാക്കിയുള്ളവർ ഭയപ്പെട്ടു.

'കാണാം, കുറ്റമേറ്റു പറയാം. മാപ്പു ചോദിക്കാം, സാഷ്ടാംഗം പ്രണമിക്കാം. ആരു പറഞ്ഞു വേണ്ടെന്ന്."

ഗോവിന്ദൻകുട്ടിയുടെ കൈ അമർത്തിപ്പിടിച്ച് മേസ്ത്രി പറഞ്ഞു.

"പക്ഷേ സമയവും സന്ദർഭവും നോക്കേണ്ട ഗോയ്ന്നങ്കുട്ട്യേ."

"അപ്പോഴേക്കും ജഗദീശ്വരൻ എന്നെന്നേക്കുമായി...?"

ഗോവിന്ദൻകുട്ടി തേങ്ങി.

"അരുതാത്തതൊന്നും ചിന്തിക്കരുത്.... ഇപ്പോൾ അയാൾ എഴുന്നേറ്റി രുന്നിട്ടുണ്ടാവും. ഒരുപക്ഷേ ഞങ്ങളെയൊക്കെ തെരയുന്നുണ്ടാ വും."

എല്ലാവരും അക്ഷമരായി. കതകിനു കുറ്റിയിട്ടിട്ടുണ്ടായിരുന്നില്ല.

ഒച്ചയുണ്ടാക്കാതെ മെല്ലെ അകത്തു കടന്നു. നഴ്സ് ക്യാബിനിലിരുന്ന് വീക്കിലി വായിക്കുകയാണ്. കള്ളന്മാരെ പോലെ എല്ലാവരും പാത്തും പതുങ്ങിയും കട്ടിലിനടുത്തെത്തി. കറങ്ങുന്ന ഫാനിലേക്ക് കണ്ണു കൂർപ്പിച്ചിരിപ്പായിരുന്നു ജഗദീശ്വരൻ.

"ഞങ്ങളൊക്കെ ആരാന്നറിയോ ജഗദീശ്വരാ...."

ആരോ പിന്നിൽനിന്ന് ഓർമ്മകൾ തട്ടിയുണർത്താൻ നോക്കി.

ഒന്നും ഓർമ്മിക്കരുതേ എന്നാണ് ആ ചോദ്യത്തിലെ ധ്വനി. ആരെയും തിരിച്ചറിയരുതേ എന്നാണ് പ്രാർഥന.

പ്രപഞ്ചരഹസ്യങ്ങൾ ഹൃദിസ്ഥമാക്കിയ ശാന്തമായ പുഞ്ചിരിയായി രുന്നു മറുപടി.

ചിരിക്കുന്നത് ഏതവയവം കൊണ്ടാണെന്ന് മനസ്സിലാക്കാൻ പ്രയാസം. കത്തിക്കെരിഞ്ഞ കണ്ണുകളിലോ കവിളുകളിലോ ചുണ്ടു കളിലോ മാത്രമല്ല, മുഖം നിറയെ ശാന്തമായ ചിരിയായിരുന്നു.

ദൈവമേ, ഈ കൊടുംവേദനയിലും നിർലേപനായിരിക്കാൻ കഴിയു ന്നത് അദ്ഭുതം തന്നെ.

അണയാൻ പോകുന്ന തീ ആളിക്കത്തുന്നത് ഈ വിധമാണോ?

ഒന്നുടെ ഓർത്തുനോക്ക്, ഞങ്ങളെ തിരിച്ചറിയാനാവുന്നുണ്ടോ?

എല്ലാവരും പറഞ്ഞു.

ഈ മനുഷ്യൻ ഓർമ്മകൾ വീണ്ടെടുത്തേക്കുമോ എന്ന ഭീതി അസ്ഥാനത്താണ്. അത് കേവലം ഈ അവസ്ഥയിലായതു കൊണ്ടല്ല. നിർജീവനോടിരിക്കുന്ന കാലത്തും ഇയാൾ ജഡതുല്യമായിരുന്നു. കണ്ണും കാതും കൈയും എല്ലാം യഥാസ്ഥാനത്തിരിക്കുമ്പോഴും നിർവികാരനാ യിരുന്നു.

കല്ലിൽ കൊത്തിയ പ്രതിമ കണക്കെ, നിശ്ശേഷ്ടനായി കെട്ടി നിറുത്തിയ ജലം കണക്കെ കെട്ടുനാറി ഒരു ജന്മം.

ആർക്കും അടുക്കാൻ തോന്നിയില്ല.

ഇന്ന് കണ്ണീരൊലിപ്പിച്ച് കാവൽനിൽക്കുന്ന ഗോവിന്ദൻകുട്ടിയും കണ്ണൻ മേസ്ത്രിയും ഗോപാലകൃഷ്ണനും ദാമുവുമെല്ലാം അന്നും ഭൂമുഖത്തുണ്ടായിരുന്നു.

സ്നേഹപൂർണമായ ഒരു വാക്ക്, ആർക്കും പറയാൻ തോന്നിയില്ല.

എന്നാലിപ്പോഴോ?

സ്നേഹവാത്സല്യങ്ങൾകൊണ്ട് വീർപ്പുമുട്ടിക്കുവാൻ ക്യൂ നിൽക്കുകയാണ് എല്ലാവരും...

സ്വന്തം സഹോദരനെപ്പോലെയല്ലേ കണ്ണൻ മേസ്ത്രി അടുത്തിരുന്ന് പ്രാർഥിക്കുന്നത്. കളിക്കൂട്ടുകാരനെപ്പോലെയല്ലേ ദാമു സാന്ത്വനമേകു ന്നത്. പിതൃതുല്യനായ ഒരാളുടെ ദുരന്തം ഏൽപ്പിച്ച ആഘാതമല്ലേ ഗോപാലകൃഷ്ണന്റെ മുഖത്ത്. ഒരുപാട് ജന്മങ്ങളായി അടുത്തറി യുന്നവരെപ്പോലെയല്ലേ ഗോവിന്ദൻകുട്ടി പെരുമാറുന്നത്...

രക്തബന്ധത്തിന്റെ കണക്കുപറഞ്ഞ് മറ്റാരും ഇതുവരെ പ്രത്യക്ഷ പ്പെടാത്തത് ഒരു കണക്കിന് ആശ്വാസം തന്നെ.

"തിരിഞ്ഞു നോക്കാനാളില്ലെന്ന ഒരു കുറവും ഞങ്ങൾ വരുത്തിയില്ല, ജഗദീശ്വരാ.... ഒന്നു കൊണ്ടും വിഷമിക്കേണ്ട. സ്വന്തക്കാരായിട്ട് ഞങ്ങളൊക്കെ ഉണ്ടല്ലോ."

മേസ്ത്രി പറഞ്ഞു.

ജഗദീശ്വരൻ എല്ലാം കേൾക്കുന്നുണ്ടോ എന്നറിയില്ല.

കറങ്ങുന്ന ഫാൻ ആദ്യമായി കാണുന്ന കുട്ടിയെപ്പോലെ കൗതുക ത്തോടെ നോക്കിയിരിക്കുകയാണ് അയാൾ.

"ചാത്തന്റെ ചെയ്തികളെപ്പറ്റി കേട്ടറിവേയുള്ളൂ. ജഗദീശ്വരന്റെ മൂക്കിനുമുന്നിൽ ഇമ്മാതിരി സത്വങ്ങൾ കേറിക്കൂടിയ കാര്യം ഞങ്ങളറി

ഞ്ഞോ...?"

കുറ്റം ചാത്തന്റെ പെരടിക്ക് കെട്ടിവെക്കാൻ ഗോവിന്ദൻകുട്ടി തിടുക്കം കാട്ടി.

"അതൊക്കെ പോട്ടെ, ഇനി ഗോവന്ദൻകുട്ടി കുറ്റം ചെയ്തുന്നന്നെ വിചാരിക്കുക... ലഹരി തലയ്ക്കുപിടിച്ചപ്പം ചെയ്തുപോയ അബദ്ധം എന്നു കരുതി ജഗദീശ്വരൻ ക്ഷമിക്കുമെന്ന് ഞങ്ങൾക്കുറപ്പുണ്ട്."

ദാമു കുട്ടിച്ചേർത്തു.

അതുകേട്ടപ്പോൾ ഞെട്ടിയത് ഗോവിന്ദൻകുട്ടി. ഒടുക്കം കുറ്റം തന്റെ തലയിൽ തന്നെ മറിഞ്ഞു തിരിഞ്ഞുവരുന്നു...!

ഇന്നലെവരെ ഞങ്ങൾക്ക് അങ്ങ് ആരുമായിരുന്നില്ല. വെറുമൊരു മരക്ഷണമായി മാത്രമേ കണക്കാക്കിയിരുന്നുള്ളൂ. ഏകപക്ഷീയമായി ഉപദ്രവിച്ചിട്ടുമുണ്ട്. കർമ്മഫലമാണ് അനുഭവിക്കുന്നത്. സത്യത്തിൽ പൊള്ളലേറ്റത് ഞങ്ങൾക്കാണ്. ഉരുകിയുരുകിത്തീരുന്നത് ഞങ്ങളുടെ മനസ്സും ശരീരവുമാണ്.

മേസ്ത്രി പറഞ്ഞു.

കറങ്ങുന്ന ഫാനിൽനിന്നും കണ്ണുകൾ പതുക്കെ പറിച്ചെടുത്ത് സ്റ്റാന്റിൽ തലകുത്തനെ തൂങ്ങിക്കിടക്കുന്ന മരുന്നുകുപ്പിയിലേക്ക് തറപ്പിച്ചു. അപ്പോഴും നിറകണ്ണുകളിൽ ഫാൻ കറങ്ങുന്നു.

"ഇങ്ങോട്ടു നോക്കു ജഗദീശ്വരാ. എന്നെ കാണുന്നുണ്ടോ? പറയുന്നത് കേൾക്കാനാവുന്നുണ്ടോ?

ഗോവിന്ദൻകുട്ടി ജഗദീശ്വരന്റെ നോട്ടത്തിനുനേർക്ക് നിന്നുകൊടുത്തു.

"ഞാൻ ഗോവിന്ദൻകുട്ടി. പെരുമാറ്റച്ചട്ടങ്ങൾ ഒന്നും പഠിച്ചിട്ടില്ല. ന്യായാന്യായങ്ങൾ വേർതിരിച്ചറിയാനുള്ള കഴിവ് ദൈവം തന്നില്ല. കൊണ്ടും കൊടുത്തും ജീവിച്ച് ശീലിച്ചവനാണ്... മനസ്സിന്റെ സന്തോഷമാ ണല്ലോ മുഖ്യം. ഇനിയും അങ്ങനെത്തന്നെ ജീവിക്കാനനുവദിക്കണം... അങ്ങയോട് കാണിച്ചത് യാദൃച്ഛികമാണ്. ഫലം ഇങ്ങനെയായിരിക്കുമെന്ന് കരുതിയതേയില്ല. ദ്രോഹം നൂറായിരം ചെയ്തുകുട്ടിയെങ്കിലും ആരാധിക്കുവാനുള്ള സ്വാതന്ത്ര്യം കവർന്നെടുക്കരുത്..."

ഗോവിന്ദൻകുട്ടി ഏങ്ങിക്കരയുകയാണ്. സാഷ്ടാംഗം പ്രണമിക്കുക യാണ്.

മൂവരും ചേർന്ന് ഗോവിന്ദൻകുട്ടിയെ എഴുന്നേൽപ്പിച്ചു.

"എന്നെ മനസ്സിലാക്കാൻ ഈ ലോകത്ത് ആരുമില്ല. നീതിയും നിയമവും എന്താണെന്ന് എനിക്കാരും പഠിപ്പിച്ചു തന്നില്ലല്ലോ ദൈവമേ?"

ഗോവിന്ദൻകുട്ടിയുടെ കണ്ണീർ അണപൊട്ടിയൊഴുകി.

"മതി ഗോയ്നങ്കുട്ട്യേ. കുറ്റം ചെയ്തുന്ന് തോന്നുന്നുണ്ടെങ്കിൽ ഈ കണ്ണീരിൽ അതെല്ലാം കുത്തിയൊഴുകിപ്പോകും...

"ജീവിതത്തിലെ നല്ല സമയം ഞാൻ നഷ്ടപ്പെടുത്തി."

ഗോവിന്ദൻകുട്ടി പറഞ്ഞു.

"തെറ്റ്... ഉപയോഗപ്പെടുത്തുകയായിരുന്നു."

മേസ്ത്രി തിരുത്തി.

"സമയം ആർക്കും നഷ്ടപ്പെടുത്താനാവില്ല സഹോദരാ... നാം സൃഷ്ടിക്കുന്നതേ നമുക്ക് നഷ്ടപ്പെടുത്താനാവൂ... സമയത്തെ ആരും സൃഷ്ടിക്കുന്നുമില്ല, നശിപ്പിക്കുന്നുമില്ല.

"ഒടുക്കത്തെ സഹസ്രാബ്ദം..."

ഗോവിന്ദൻകുട്ടി ശപിച്ചു. പിന്നെ ഒരു കൊച്ചുകുട്ടിയെപ്പോലെ ഏങ്ങിയേങ്ങി കരയാൻ തുടങ്ങി.

"ചെ ചെ നഴ്സ് ഒച്ചകേട്ട് ഓടിവരും. വീണ്ടും നമ്മളെ പുറത്തേക്ക് തള്ളിയിടും നീ കരയാണ്ടിരി ഗോയ്ന്നങ്കുട്ട്യേ."

ഗോപാലകൃഷ്ണൻ പറഞ്ഞു.

"അല്ലെങ്കിലും തൊട്ടാൽ പൊട്ടുന്ന വെടിമരുന്നാണ് ജഗദീശ്വരനെന്ന് നമ്മളാരെങ്കിലും കരുതിയോ?"

ദാമു നേടുവീർപ്പിട്ടു.

ശരിയാണ്.

നാഴികയ്ക്ക് നാൽപ്പതുവട്ടം ജഗദീശ്വരന്റെ തിരുനടയിലൂടെയാണ് യാത്ര.

"അറിഞ്ഞില്ലല്ലോ ഇയാൾ കെട്ടിമുറുക്കിയ വെടിമരുന്നാണെന്ന്... പൊട്ടിത്തെറിക്കാൻ കാത്തുനില്ക്കുന്ന ആറ്റംബോംബാണെന്ന്..."

ഗോവിന്ദൻകുട്ടി തലയിൽ കൈവച്ചുകൊണ്ട് നിലത്ത് ഇരുന്നുപോയി.

യുഗങ്ങളായി നോക്കുകുത്തിയെപ്പോലെ നിലകൊള്ളുന്ന ആ പടക്കപ്പീടികയിൽ ക്രമരഹിതമായ ഏതൊരു ഇടപെടലും അപകടം വരുത്തുമെന്ന് അറിയേണ്ടതായിരുന്നു.

മുൻപിൻ ചിന്തകളില്ലാത്ത എടുത്തു ചാട്ടം.

ഓർമ്മകൾക്ക് തെളിമ കൈവന്ന നാൾമുതൽ കാണുന്നതാണ്.

വൃത്തിശൂന്യമായ ആ പടക്കപ്പീടികയുടെ മുന്നിലൂടെയായിരുന്നു അക്കാലത്തെ യാത്ര.

പീടികയ്ക്കു മുന്നിലെ പെരുവഴിയിലേക്ക് ഗോവിന്ദൻകുട്ടി വഴുതിയിറങ്ങി.

അഞ്ച്

അഞ്ചിലോ ആറിലോ പഠിക്കുന്ന കാലം.

കഴുക്കോൽ ഒടിഞ്ഞുതൂങ്ങിയ, കുമ്മായക്കട്ടകൾ അടർന്നുവീണ പടക്കപ്പീടികയുടെ മുന്നിലൂടെയായിരുന്നു സ്കൂൾ യാത്ര.

നാടിളക്കിത്തന്നെയായിരുന്നു നാൽവർ സംഘത്തിന്റെ നടത്തം. പേടി എന്തെന്നറിയാത്ത കാലം.

പക്ഷേ, പലഹാരപ്പീടികയും പച്ചക്കറിപ്പീടികയും കടന്ന് ജഗദീശ്വരാ ഫയർവർക്സ് എന്ന ദ്രവിച്ച ബോർഡ് തൂക്കിയിട്ട ഒറ്റമുറിപ്പീടികയുടെ മുന്നിലെത്തുമ്പോൾ എല്ലാവരുടെയും ഹൃദയമിടിപ്പ് പെരുകും.

ഒരു തീപ്പൊരി മതി നാടുമുഴുവൻ കത്തിച്ചാമ്പലാവാൻ. പീടികക്കാരൻ

മാത്രമല്ല, വഴിയാത്രക്കാരും നാട്ടുകാരും എല്ലാം വെന്തുരുകും.

"എല്ലാ പടക്കങ്ങളും ഒന്നിച്ച് പൊട്ടിത്തെറിക്കുന്ന കാഴ്ച രസായിരിക്കു മല്ലോ. നിലാത്തിരിയും പൂത്തിരിയും, തലങ്ങും വിലങ്ങും കത്തിപ്പായു ന്നത് കാണാൻ കൊതിയാവുന്നു."

അകത്ത് പേടിയുണ്ടെങ്കിലും അത് പുറത്തുകാട്ടാതെ ദാമു പറഞ്ഞു. ദാമുവിന് കൊടുവാൾ ദാമു എന്ന പേര് അന്ന് പ്രചാരത്തിലു ണ്ടായിരുന്നില്ല.

ഒരു നാൾ താൻ തീപ്പെട്ടിയുരച്ച് പീടികയ്ക്കെത്തിടുമെന്നും കണ്ണിനും കാതിനും കുളിർമയേകുന്ന ഗംഭീരമായ ഒരു വെടിക്കെട്ട് നിങ്ങൾക്ക് കാട്ടിത്തരാമെന്നും ഇടയ്ക്കിടെ ദാമു വീമ്പിളക്കും.

എങ്കിലും ശ്വാസം അമർത്തിപ്പിടിച്ച്, കാലുകൾ നീട്ടിവെച്ച്, പീടിക താണ്ടിക്കഴിഞ്ഞാലേ ആശ്വാസമാകൂ. ചെകുത്താന്റെ പിടിയിൽനിന്ന് രക്ഷപ്പെട്ട പോലെ എല്ലാവരും നെടുവീർപ്പിടും.

ഒന്നോ രണ്ടോ നിരപ്പലകകൾ മാത്രം തുറന്നുവെച്ച് ഒരു വിഗ്രഹം കണക്കെ അകത്തിരിക്കുന്ന ജഗദീശ്വരൻ അന്നേ അദ്ഭുതമായിരുന്നു. ശ്വാസത്തിന്റെ ചലനം പോലുമില്ലാതെ ഒരാൾക്ക് ഇങ്ങനെ രാപ്പകൽ ഇരിപ്പുറപ്പിക്കാൻ പറ്റുമോ? കൈകാലുകൾ യഥാസ്ഥാനത്തില്ലെ ന്നുണ്ടോ? പഞ്ചേന്ദ്രിയങ്ങൾ പ്രവർത്തനക്ഷമമല്ലെന്നുണ്ടോ? അതോ ശരിക്കും കളിമൺ പ്രതിമയോ?

മങ്ങിയ വെളിച്ചത്തിൽ നിഴൽമാത്രമേ കണ്ണിൽപ്പെട്ടുള്ളു. ആദ്യമൊ ക്കെ.

പേടിയില്ലാതാക്കാൻ പീടികയിലേക്ക് ചാഞ്ഞും ചരിഞ്ഞും നോക്കാൻ തുടങ്ങിയപ്പോഴാണ് കുപ്പായത്തിനുള്ളിലെ നീണ്ടു മെലിഞ്ഞ രൂപം തെളിഞ്ഞുവന്നത്.

മേല്പോട്ടുകയറിയ നെറ്റി. കുഴിയിലിറങ്ങിയ കണ്ണുകൾ. പറ്റെ വളർന്ന താടി, മുറിക്കൈയൻ കുപ്പായം, കൈത്തണ്ടയിൽ നരച്ച പട്ടയുടെ വാച്ച്...

പടക്കങ്ങളുടെയും പൂത്തിരികളുടെയും ചെറിയചെറിയ പെട്ടികൾ ക്കിടയിൽ ധ്യാനനിരതനായി ഇരിക്കുന്ന ജഗദീശ്വരൻ എല്ലാവർക്കും അദ്ഭുതമായി.

പീടിക തുറക്കുന്നതും അടയ്ക്കുന്നതും ആരും കാണില്ല. ഊണും ഉറക്കവും എപ്പോൾ, എവിടെയെന്ന് ആർക്കുമറിയില്ല. ഉറ്റവരും ഉടയവരും ആരൊക്കെയെന്ന് ആർക്കും തിട്ടമില്ല. ഊരും പേരും ശരിയായി അറിയുന്നവരില്ല.

അജ്ഞാതമായ പലതും പ്രപഞ്ചത്തിലുണ്ടെന്ന സമാധാനത്തിൽ ജഗദീശ്വരന്റെ പുരാവൃത്തമറിയാൻ മെനക്കെട്ടതുമില്ല ആരും.

വെയിലും മഴയുമേറ്റ് വികൃതമായ മരപ്പലകയിൽ കാക്കകൾ കാഷ്ഠിച്ച് മാഞ്ഞുപോയ അക്ഷരങ്ങളിൽനിന്ന് ചില്ളിയെടുത്ത പേര് പീടികക്കാരൻ നൽകുകയായിരുന്നു.

ജഗദീശ്വരാ...

തിരുനടയിൽ തലയിട്ട് തപസ്സിളക്കാൻ നോക്കും.

കടന്നൽക്കൂട്ടിൽ കല്ലെറിഞ്ഞാലുള്ള ഭവിഷ്യത്ത് ഓർത്ത് കണ്ണുംപൂട്ടി ഓടും. ഏറുപടക്കവുമായി പീടികക്കാരനെ പിറകെ വരുത്താനാണ് പരിപാടി.

ശ്രമം വിഫലമായിരുന്നു.

ജഗദീശ്വരനെന്നല്ല, പരബ്രഹ്മമെന്ന് വിളിച്ചാലും ആ മനുഷ്യൻ കുലുങ്ങില്ല. പീടിക തന്നെ പൊട്ടിത്തെറിച്ചാലും തരിമ്പും ഇളകില്ല. ആകാശം ഇടിഞ്ഞുപൊളിഞ്ഞു വീണാൽ തന്നെയും ലവലേശം അനങ്ങില്ല.

സമയമെന്തായീ ജഗദീശ്വരാ...?

ജഗദീശ്വരൻ കണ്ണു തുറക്കും.

കൈത്തണ്ട തപ്പിപ്പിടിച്ച് ഡയൽ കണ്ണിനുനേരെ പിടിച്ച്, ചാഞ്ഞും ചരിഞ്ഞും നോക്കി, കൈവിരൽകൊണ്ട് ഗോഷ്ടി കാണിച്ച്, വായിൽ തോന്നിയ സമയം വിളിച്ചുപറയും.

ഇതൊരു പതിവായി.

പിള്ളേരുടെ തല കാണുമ്പോഴേ വാച്ച് പരതിപ്പിടിക്കാൻ തുടങ്ങുക യായി.

ഗോപാലകൃഷ്ണന് വഴിമധ്യേയുള്ള ഈ നേരമ്പോക്കിൽ താത്പര്യമു ണ്ടായിരുന്നില്ല. മറ്റൊന്നും കൊണ്ടല്ല. ബെല്ലടിക്കും മുമ്പേ സ്കൂളിലെത്ത ണമെന്ന വാശിയായിരുന്നു.

നേരത്തെ എത്തിയില്ലെങ്കിൽ ക്ലാസിലെ പെൺകുട്ടികളുമായി സല്ലപിക്കാൻ കഴിയുന്നതെങ്ങനെ? അവരുടെ ഉടുപ്പിനെപ്പറ്റിയും നടപ്പിനെപ്പറ്റിയും പുകഴ്ത്തി പറയുന്നതെങ്ങനെ?

കാലത്തും വൈകിട്ടും ഇടനേരങ്ങളിലും പെൺകുട്ടികൾ ഇരിക്കുന്ന ഭാഗത്തായിരിക്കും ഗോപാലകൃഷ്ണൻ.

പെൺകുട്ടികൾക്ക് പുസ്തകത്തിന് പൊതിയിടാൻ മിനുസമുള്ള വർണക്കടലാസുകൾ കൊണ്ടുകൊടുക്കുക, അവർക്ക് കടയിൽനിന്ന് പലതും വാങ്ങിച്ചുകൊടുക്കുക, പെൻസിൽ ചെത്തിക്കൊടുക്കുക, പേനയിൽ മഷി നിറച്ചുകൊടുക്കുക തുടങ്ങിയ കാര്യങ്ങൾ ചെയ്യുന്നത് ഗോപാലകൃഷ്ണനാണ്.

ഒരുനാൾ സിസിലിയാമ്മ എന്ന പെൺകുട്ടിക്ക് ന്യൂ ഇയർ ആഘോഷി ക്കുവാൻ പടക്കങ്ങളും പൂത്തിരികളും എത്തിച്ചുകൊടുക്കാമെന്നേറ്റു ഗോപാലകൃഷ്ണൻ.

ജഗദീശ്വരാ ഫയർ വർക്സായിരുന്നു മനസ്സിൽ.

ഇന്നേവരെ ആരും ദർശിച്ചിട്ടില്ലാത്ത പൂത്തിരികളും പടക്കങ്ങളും ജഗദീശ്വരാ ഫയർവർക്സിലുണ്ടെന്ന് ഗോപാലകൃഷ്ണൻ വീമ്പിളക്കി.

പിറ്റേദിവസം ആവേശത്തോടെ പടക്കപ്പീടികയിലേക്ക് കഴുത്തു നീട്ടി.

ജഗദീശ്വരൻ കണ്ണു തുറന്നു. പിന്നെ, കൈത്തണ്ട പരതിപ്പിടിച്ച് വാച്ചിലേക്ക് നോട്ടം പായിക്കുകയും ഡയൽ അകന്നും അടുപ്പിച്ചും

നോക്കി കൈവിരൽകൊണ്ട് അഭ്യാസങ്ങൾ കാണിക്കുകയും പിന്നെ ചുണ്ട നങ്ങാതെ ഏതോ സമയം പറയുകയും ചെയ്തു.

സമയം തിരുത്താൻ മെനക്കെട്ടില്ല; പകരം കൈകൊണ്ട് വാ പൊത്തി ചിരിക്കുക മാത്രം ചെയ്തു.

"ഇതിന് കിട്ടാവുന്നത്ര പടക്കവും പൂത്തിരിയും."

ഗോപാലകൃഷ്ണൻ ഉറുപ്പിക നീട്ടി.

ജഗദീശ്വരൻ പതുക്കെ എഴുന്നേറ്റു.

ഇഴയുകയായിരുന്നു; കടലാസുപെട്ടികൾ ഒന്നൊന്നായി തുറന്നും അടച്ചും നോക്കി, തൊട്ടും തടവിയും നോക്കി. ഒടുക്കം ഒരു മായാജാല ക്കാരന്റെ മെയ് വഴക്കത്തോടെ കൈയിലൊരു പൊതിക്കെട്ട് പ്രത്യക്ഷപ്പെ ടുത്തി.

അത് പിടിച്ചുവാങ്ങി ഗോപാലകൃഷ്ണൻ സ്കൂളിലേക്കോടി. സിസിലിയാമ്മയ്ക്ക് കൊടുക്കാൻ പുതുവത്സര സമ്മാനം കിട്ടിയല്ലോ എന്ന ആവേശത്തിൽ പരിസരം മറന്നു.

ക്ലാസിൽ പടക്കം കൊണ്ടുവന്നു എന്ന വാർത്തയ്ക്ക് തീപിടിച്ചു. അടക്കംപറച്ചിൽ ടീച്ചറുടെ ചെവിയിലുമെത്തി.

"ഇനി ഇവിടെ ഉത്സവപ്പറമ്പാക്കണ്ട."

ടീച്ചർ പൊട്ടിത്തെറിച്ചു.

ഗോപാലകൃഷ്ണൻ നെഞ്ചോടു ചേർത്ത് വെച്ചിരുന്ന പൊതിക്കെട്ട് ബലമായി പിടിച്ചുവാങ്ങി ടീച്ചർ വലിച്ചൊരേറ്. ചെന്ന് വീണത് മതിലിന പ്പുറം, കുത്തിയൊഴുകുന്ന കൈത്തോട്ടിൽ...!

ഇന്റർവെല്ലിന് ബെല്ലടിച്ചപ്പോൾ ഗോപാലകൃഷ്ണൻ മതിൽ ചാടിക്കടന്ന് തോട്ടിൽ ചെന്നുനോക്കി.

പൊതിക്കെട്ട് കാണാനില്ല.

നീരൊഴുക്കിൽപെട്ട് അത് പുഴയിലേക്കും പിന്നെ കടലിലേക്കും ചെന്ന് ചേർന്നിരിക്കണം.

സങ്കടം അണപൊട്ടിയൊഴുകി.

ടീച്ചറുടെ തല പൊട്ടിത്തെറിക്കട്ടെ...

ആരും ഇന്നേവരെ ദർശിച്ചിട്ടില്ലാത്ത വർണ്ണ വെടിക്കെട്ടുകൾ ആസ്വദി ക്കാനായില്ലല്ലോ...!

കത്തിച്ചിതറാതെ, പൊട്ടിത്തെറിക്കാതെ ഒരു പുതുവത്സരപ്പിറവി.

സിസിലിയാമ്മയുടെ നേർക്ക് ഇമവെട്ടാതെ നോക്കി ഗോപാല കൃഷ്ണൻ കണ്ണീർ പൊഴിച്ചു.

ആറ്

കാലത്തിന്റെ പടലങ്ങൾ മറഞ്ഞുതീരവെ, കവലകൾക്കും വഴിയോര ങ്ങൾക്കും മാറ്റം വന്നു. തെരുവോരങ്ങളിലെ പഴയ പീടികകൾ പൊളിച്ചു നിരപ്പാക്കി. കോൺക്രീറ്റ് മേലാപ്പുകളും കണ്ണാടിച്ചുവരു കളുമുള്ള വർണശബളമായ നിരവധി ഷോപ്പുകൾ ഇടവഴികൾ പോലുമറി യാതെ

ഉയർന്നു വന്നു.

പഴയ മുറുക്കാൻകട പെയിന്റടിച്ച് വീഡിയോ ഷോപ്പാക്കി. മുട്ടായിയും മോരിൻവെള്ളവും വിറ്റിരുന്ന പെട്ടിപ്പീടിക പുതുക്കിപ്പണിഞ്ഞ് ഐസ്ക്രീം പാർലറാക്കി. കുഞ്ഞിരാമന്റെ ബാർബർഷാപ്പ്, മക്കളും മരുമക്കളും ചേർന്ന് മോടിവരുത്തി ബ്യൂട്ടിപാർലറാക്കി. എസ് ടി ഡി ബൂത്തുകളും ഫോട്ടോസ്റ്റാറ്റ് ഷോപ്പുകളും പെറ്റുപെരുകി. മുള്ളാണി മുതൽ മാരുതിവാൻ വരെ വില്പനയ്ക്കുണ്ട്. ഇടനേരങ്ങൾ പോലുമില്ലാതെ പുതിയ പുതിയ വ്യാപാരങ്ങൾ കൊണ്ട് കവലകൾ വീർപ്പുമുട്ടി.

കുഞ്ഞിക്കണ്ണൻ വളർന്ന് പന്തലിച്ച് കണ്ണൻ മേസ്ത്രിയായി. സ്വന്തമായി ഒരു തോക്കും അത്യാവശ്യത്തിന് ശിങ്കിടികളും ഉള്ളതു കൊണ്ട് നാട്ടിൽ, പാതി ജനത്തിന്റെ മേസ്ത്രിയായി. ആത്മീയതയും ജ്ഞാനോപദേശവും അമ്പലംഭാരവാഹിത്വവും ഉള്ളതുകൊണ്ട് മറുപാതിയുടെയും മേസ്ത്രിയായി.

കണ്ണൻ മേസ്ത്രിയുടെ അരികുപറ്റി ഗോവിന്ദൻകുട്ടിയും വളർന്നു. കൊണ്ടും കൊടുത്തും വലുതായി. മീശ മുളച്ചതുതന്നെ മേലോട്ട് ചുരുണ്ടി ട്ടാണ്. തണ്ടും തലക്കനവുമല്ലാതെ ഒന്നും സമ്പാദിച്ചിട്ടില്ല. കൈയിൽ തടയുന്നതെല്ലാം കള്ളുഷാപ്പിൽ നിക്ഷേപിച്ചു. കണ്ട പെണ്ണുങ്ങൾക്കെല്ലാം വാരിക്കോരിക്കൊടുത്തു.

ദാമു പേനയും പുസ്തകവും വലിച്ചെറിഞ്ഞു. പിച്ചാത്തിയും പിന്നെ കൊടുവാളും അരയിൽ തിരുകാൻ തുടങ്ങി. തല്ലാനും കൊല്ലാനും ഗോവിന്ദൻകുട്ടിയുടെ പൂരകമായി. സ്വന്തം കാല്പത്തി നിർഭയമായി അരിഞ്ഞുകളഞ്ഞു. ഒന്നരക്കാല് മാത്രമേ ഉള്ളുവെങ്കിലും നടത്തം ഇപ്പോഴും നാലുകാലിൽ തന്നെ.

എല്ലും തോലും മാത്രമായിരുന്ന ഗോപാലകൃഷ്ണൻ കാളക്കുട്ടനെ പോലെ തടിച്ചു കൊഴുത്തു.

വേനലും മഴയും മാറിമാറി വന്നു.

ജഗദീശ്വരാ ഫയർ വർക്സ് മാത്രം കാലത്തിന്റെ നേർക്കുള്ള കണ്ണേറ് തടുക്കാനെപോലെ നോക്കുകുത്തിയായി നിലകൊണ്ടു.

ആദിമധ്യാന്ത വിഹീനനായ ജഗദീശ്വരൻ കൈത്തണ്ടയിലെ വാച്ചു തടവി സമയത്തെ തിരിച്ചറിയാൻ വൃഥാ ശ്രമം നടത്തിക്കൊണ്ടിരുന്നു. രാവും പകലും വേർതിരിച്ചറിയാനാവാതെ, പ്രഭാതവും സന്ധ്യയും ആസ്വദിക്കാനാവാതെ അമർന്നു കത്തിക്കൊണ്ടിരുന്നു.

സഹസ്രാബ്ദം മാറിമറിയുന്ന അപൂർവ നിമിഷത്തിന് സാക്ഷ്യം വഹിക്കാനുള്ള ഭാഗ്യം സിദ്ധിച്ച ജനങ്ങൾ ആഹ്ലാദത്തിമിർപ്പിലായിരുന്നു.

നാൽവർസംഘം ശരിക്കും അത് ആഘോഷിച്ചു. കുപ്പികൾ നിരവധി പൊട്ടി. പതഞ്ഞുപൊന്തുന്ന ലഹരിയിൽ തിമിർത്താടാൻ തന്നെ തീരുമാനിച്ചു.

ഗംഭീരമായ വെടിക്കെട്ട് വേണം.

ഇരുപത്തിനാലു മണിക്കൂറും തുറന്നു പ്രവർത്തിക്കുന്ന ജഗദീശ്വരാ

ഫയർവർക്സിലേക്ക് എല്ലാവരും നാലുകാലിൽ നടന്നുനീങ്ങി.

"പടക്കങ്ങളെല്ലാം പൊതിഞ്ഞുകെട്ടിത്താടാ."

നാവു വഴങ്ങുന്നുണ്ടായിരുന്നില്ല.

ഇരുന്നുറങ്ങുകയായിരുന്ന ജഗദീശ്വരൻ മെല്ലെ കണ്ണു തുറന്നു. ഒച്ചിന്റെതുപോലുള്ള ഇഴച്ചിൽ സഹിക്കാനാവാതെ എല്ലാവരും പീടികക്കുള്ളിലേക്ക് ഇരച്ചുകയറി. മാറാലകൾ മൂടിയ അലമാരകളിലേക്ക് ടോർച്ചടിച്ചു. പൊടിപിടിച്ച പടക്കപ്പെട്ടികൾ ഒന്നൊന്നായി പുറത്തെടുത്തു തുറന്നുനോക്കവേ കണ്ണു തള്ളിപ്പോയി.

ഓലപ്പടക്കവുമില്ല, മാലപ്പടക്കവുമില്ല.

പൂത്തിരിയുമില്ല, നിലാത്തിരിയുമില്ല.

പെട്ടികൾ എല്ലാം ശൂന്യം, വെറും തോന്നലാണ്?

ഗോവിന്ദൻകുട്ടി പീടികക്കാരന്റെ കോളറിനു കുത്തിപ്പിടിച്ച് നടുപ്പുറത്ത് തൊഴിച്ചു. ഓരോ തൊഴി കൊള്ളുമ്പോഴും വേദനയുടെ യാതൊരു ഞരക്കവും ഉണ്ടായില്ല. പക്ഷേ, തന്റെ വിലപ്പെട്ട വാച്ച് കൈകൊണ്ട് പൊത്തി പ്പിടിക്കുകയായിരുന്നു ജഗദീശ്വരൻ.

"ഒലക്കേലെ വാച്ച്..."

പിറുപിറുത്തുകൊണ്ട് ഗോവിന്ദൻകുട്ടി അത് അഴിച്ചെടുത്ത് എവിടെയോ വലിച്ചെറിഞ്ഞു.

"കട തുറന്ന് കുത്തിയിരിക്കുന്നത് ഈച്ചയെ തെളിക്കാനാണ്ണോടാ" അങ്ങനെ ആക്രോശിച്ച് കൈയും കാലും ഞേറ്റി മൂലയിൽ വലി ച്ചെറിഞ്ഞു.

ഗോവിന്ദൻകുട്ടി വയറ്റത്ത് ആഞ്ഞു ചവിട്ടി അരിശം തീർത്തു. പിന്നെ ജേതാക്കളെപ്പോലെ ഇറങ്ങി നടന്നു.

"ആ പിരാന്തൻ ചത്തുകാണുമോ?"

മാർഗമധ്യേ ഗോവിന്ദൻകുട്ടി സംശയിച്ചു.

"ചത്താലും കൊള്ളാം ജീവിച്ചാലും കൊള്ളാം ചോദിക്കാനും പറയാനും ആളില്ലാത്തത് ഭാഗ്യായി."

കണ്ണൻ മേസ്ത്രി നെടുവീർപ്പിട്ടു.

"ആരു ചോദിക്കാൻ, ഫുൾടൈം കഞ്ചാവല്ലേ, കച്ചോടവും അതു തന്ന്യാവും."

ഗോപാലകൃഷ്ണൻ പൊടുന്നനെയാണ് പുതിയ അറിവു വിളമ്പിയത്. എല്ലാവരുടെയും തലച്ചോറിൽ എന്തോ ഇരച്ചുകയറി.

"ഞങ്ങളും ആണുങ്ങള് തന്ന്യാ."

ദാമു ഉറപ്പിച്ചു. ഒരിക്കൽക്കൂടി എല്ലാവരും പടക്കപ്പീടികയിലേക്ക് മാർച്ചു ചെയ്തു.

ജഗദീശ്വരൻ മൂലയിൽ ബോധമറ്റ് കിടപ്പായിരിക്കുമെന്നും കട മുഴുവൻ ഒരിക്കൽക്കൂടി അരിച്ചുപെറുക്കി കഞ്ചാവു കെട്ടുകൾ തട്ടിയെടുക്കാമെന്നു മായിരുന്നു ചിന്ത.

പീടികയിൽ തിരിച്ചെത്തിയപ്പോൾ കണ്ണു തള്ളിപ്പോയി.

ജഗദീശ്വരൻ പഴയപടി ഇരിപ്പുതന്നെ.

തല്ലും ചവിട്ടും കിട്ടിയ ഭാവഭേദം മുഖത്തില്ല. വീഴ്ചയുടെ ആഘാതം ദേഹത്തെവിടെയുമില്ല. സഹസ്രാബ്ദത്തിന്റെ സമ്മാനം ഏറ്റ ലക്ഷണമേ ഇല്ല....!

എവിടെയോ ഇരുട്ടിൽ വലിച്ചെറിഞ്ഞ വാച്ച് കൈത്തണ്ടയിൽ യഥാവിധി ശബ്ദിച്ചുകൊണ്ടിരുന്നു.

മൂന്നായി മുറിച്ചിട്ടാലും മുറി കൂടി എണീറ്റുവരാൻ കെല്പുണ്ടെങ്കിൽ അതൊന്നു കാണണമല്ലോ എന്ന ഭാവത്തിൽ ഗോവിന്ദൻകുട്ടി ആദ്യം കടയിൽ ഇരമ്പിക്കയറി. പിന്നാലെ ബാക്കിയുള്ളവരും.

"പുകവലി പാടില്ല" എന്ന തുരുമ്പിച്ച ബോർഡ് അഴിച്ചെടുത്ത് ജഗദീശ്വരന്റെ പെരടിക്കെറിഞ്ഞു ഗോവിന്ദൻകുട്ടി.

"നിനക്ക് ഇവിടിരുന്ന് സാമിയടിക്കാം. ഞങ്ങക്ക് ബീഡി വലിച്ചുകൂടാ. ഇതെന്തു ഞായം?"

അങ്ങനെ പറഞ്ഞ് അയാൾ ഒരു സിഗററ്റ് കത്തിച്ച് പുക ജഗദീശ്വരന്റെ മുഖത്ത് ഈതിവിട്ടു.

മുറി മുഴുവൻ അരിച്ചുപെറുക്കി, മുക്കും മൂലയും ചില്ലിയും മാന്തിയും നോക്കി. കണ്ണിൽ കണ്ടതെല്ലാം തൊട്ടും മണപ്പിച്ചും നോക്കി. ജഗദീശ്വരന്റെ കുപ്പായക്കീശ പലവട്ടം തപ്പിനോക്കി. ഉടുമുണ്ടഴിച്ച് കുടഞ്ഞുനോക്കി.

ഒന്നും കിട്ടിയില്ല. മുറി ബീഡിത്തുണ്ട് പോലും കൈയിൽ തടഞ്ഞില്ല.

ഒന്നും കിട്ടാത്ത അരിശത്തിന് ജഗദീശ്വരനെ ഒരിക്കൽകൂടി ഉന്തിയിട്ടു. ദേഹത്തുകയറി തുള്ളി. ഒടുക്കം ഗോവിന്ദൻകുട്ടി, കത്തുന്ന സിഗററ്റ് കുറ്റി ജഗദീശ്വരന്റെ അണ്ണാക്കിൽ കുത്തി.

പരാജയപ്പെട്ട പടയാളികളെപ്പോലെ എല്ലാവരും തല താഴ്ത്തി നടന്നു.

പെട്ടെന്നായിരുന്നു അത് സംഭവിച്ചത്.

ഭീകരമായ പൊട്ടിത്തെറി!.

തിരിഞ്ഞുനോക്കിയപ്പോൾ പടക്കപ്പീടിക കത്തുകയാണ്.

പടക്കങ്ങൾ ചിതറിത്തെറിക്കുന്നു. പൂത്തിരികൾ തലങ്ങും വിലങ്ങും കത്തിയൊഴുകുന്നു.

മഹാമായ തന്നെ.

ആൾക്കാർ ഓടിക്കൂടി, ചിലർ മണൽവാരിയിട്ടു. ചിലർ വെള്ളം കോരിയൊഴിച്ചു.

ഗോവിന്ദൻകുട്ടി നടുങ്ങി.

ദൈവമേ ഇതെന്തു കളിയാണ്? സ്വപ്നമോ സത്യമോ?

ആരൊക്കെയോ തീയിലെടുത്തു ചാടുന്നു.

കത്തിക്കരിഞ്ഞ മാംസക്ഷണം.

തലയും ഉടലും ഒന്നായി ചേർന്നിരിക്കുന്നു. അവയവങ്ങൾ ഉരുകിയൊ ലിച്ചില്ലാതായിരിക്കുന്നു.

എല്ലാവരും കണ്ണുപൊത്തി.

പായയിൽ ചുരുട്ടിക്കെട്ടി ആശുപത്രിയിലെത്തിച്ചു.

ഡോക്ടർമാർ കൈ മലർത്തി.

ആശുപത്രിക്കിടക്കയിൽ ഏറെനേരം ചത്തു കിടന്നു.

കണ്ണൻമേസ്ത്രിയും ഗോവിന്ദൻകുട്ടിയും ഗോപാലകൃഷ്ണനും ദാമുവും പത്തി മടക്കി.

കാറ്റ് പോയ ബലൂൺപോലെ ആശുപത്രി വരാന്തയിൽ ചുരുണ്ടു വീണു. നെടുവീർപ്പുകൾ ഉയർന്നു.

"നമുക്കൊരു പിഴവും പറ്റിയിട്ടില്ല. സ്നേഹിതൻമാരേ, സംഭവിക്കേ ണ്ടത് അതിന്റെ വഴിക്ക് സംഭവിക്കുന്നു. നാം സംഭവങ്ങൾക്ക് നിമിത്തം പോലുമല്ല..."

മേസ്ത്രി പറഞ്ഞുകൊണ്ടേയിരുന്നു.

ഏഴ്

ഒന്നാമത്തെ പകൽ എരിഞ്ഞടങ്ങിയോ?

അതോ നേരം പുലർന്നുവോ?

ആശുപത്രിക്കെത്ത് പകലും രാത്രിയും സമം.

"സമയമെന്തായിക്കാണും?"

ആരോ അസ്വസ്ഥതയോടെ വീണ്ടും ചോദിച്ചു.

"സമയം എത്രയായാലെന്ത്? അത് വെറും സങ്കൽപ്പം. സമയത്തിന് മൂല്യം വേണമെങ്കിൽ സംഭവങ്ങൾക്ക് ക്രമം വേണ്ടേ? ഇവിടെ ക്രമമുണ്ടോ എന്തിനെങ്കിലും?"

കണ്ണൻ മേസ്ത്രി ദാർശനികഭാവം കൈവിടാതെ പറഞ്ഞു.

ബാക്കിയുള്ളവർക്ക് ഇതൊന്നും തലയിൽ കയറുന്നില്ലെങ്കിലും ഒന്നറിയാം.

ആദിമധ്യാന്തവിഹീനനായ ജഗദീശ്വരന് സമയബോധം ഒരിക്കലു മുണ്ടായിരുന്നില്ല. ഇന്നിതാ എല്ലാവരിലേക്കും ആ അജ്ഞത പകർച്ചവ്യാ ധിപോലെ പടർന്നിരിക്കുന്നു.

"ഏതായാലും സന്ധ്യ കഴിഞ്ഞു."

ദാമു ഉറപ്പിച്ചു.

"യേയ് നേരം പുലരുന്നതേയുള്ളു."

ഗോവിന്ദൻകുട്ടിയുടെ നിഷേധം.

"ഉച്ചയായെന്നാണ് എനിക്ക് തോന്നുന്നത്."

ഗോപാലകൃഷ്ണൻ.

"നിങ്ങൾക്കെന്തറിയാം... ഇത് പാതിരാവാണ്."

കണ്ണൻമേസ്ത്രി തറപ്പിച്ചു പറഞ്ഞു. കറപിടിച്ച ജനൽച്ചില്ലിലൂടെ അയാൾ പുറത്തേക്ക് നോക്കി.

സ്വർണവെളിച്ചം കാണുന്നുണ്ട്.

"നോക്ക് അത് സൂര്യനോ ചന്ദ്രനോ?"

മേസ്ത്രി കൈ ചൂണ്ടിക്കൊണ്ട് ചോദിച്ചു.

എല്ലാവർക്കും സംശയമായി.

സമയബോധം ആവിയായിപ്പോയിരിക്കുന്നു. ഒന്നും ചികഞ്ഞെടുക്കാൻ കഴിയുന്നില്ല.

ജഗദീശ്വരന്റെ പകർച്ച.

ഒഴിയാബാധ തന്നെ.

ആശുപത്രിക്കകത്ത് സൂര്യനും ചന്ദ്രനുമില്ല. രാപകൽ വെള്ളിവെളിച്ചം വിതറുന്ന ട്യൂബ് ലൈറ്റുകൾ മാത്രം.

ജഗദീശ്വരനെ ഇവിടെ പ്രവേശിപ്പിച്ചിട്ട് മണിക്കൂറുകൾ എത്രയായി? അതോ ദിവസങ്ങൾ കഴിഞ്ഞുവോ?

സൂര്യചന്ദ്രൻമാർ പലവട്ടം ഉദിച്ചുകാണും.

ഭൂമി കീഴ്മേൽ മറിയുകയാണ്.

ഇരുളും വെളിച്ചവും മാറി മാറി വരുന്നത് നിമിഷങ്ങൾ ഇടവിട്ടാണ്., യുഗങ്ങൾ മാറിമറിയുമ്പോൾ സന്ദിഗ്ധത പെരുകുമോ?

"ജഗദീശ്വരാ"

എല്ലാവരും വിളിച്ചു.

ജഗദീശ്വരൻ സമഭാവനായി സർവ്വരെയും കടാക്ഷിക്കുന്നു.

ചോര വാർന്നു വികൃതമായ ചുണ്ടിൽ നേർത്ത ചലനം. കട്ടപിടിച്ച ചോരക്കിടയിൽ കരിഞ്ഞുണങ്ങിയ മാംസത്തിനിടയിൽ പതിഞ്ഞു കത്തുന്ന മന്ദഹാസം. പ്രപഞ്ചം മുഴുവൻ അകംകൈയിലൊതുക്കിയ മന്ദഹാസം.

കത്തിയമർന്ന കൈത്തണ്ട ഉയർത്താൻ വൃഥാശ്രമം നടത്തുകയാണ്.

ഉരുകിയൊലിച്ച വാച്ചിലേക്ക് കണ്ണുകൾ പായിച്ച് മെല്ലെ എന്തോ പിറു പിറുത്തു. ആരും കേട്ടില്ല.

"ഒന്നുകൂടി ഉറക്കെ"

എല്ലാവരും കാതു കൂർപ്പിച്ചു.

www.ingramcontent.com/pod-product-compliance
Lightning Source LLC
LaVergne TN
LVHW051512170726
843492LV00002B/892